AF741748

எமகாதக எத்தர்கள்

சி. ஹரிகிருஷ்ணன்

தினமலர் நாளிதழில் 1998 ம் ஆண்டு புகைப்பட நிபுணராக இணைந்து, சில மாதங்களிலேயே நிருபராக மாறி, செய்திப் பிரிவு, வார இதழ்கள் பிரிவு ஆகிய பிரிவுகளில் 2010 ம் ஆண்டுவரை பணியாற்றியவர்.

பிறகு, 'சுதேசி' இதழின் ஆசிரியராகவும், ரெட் பிக்ஸ் சேனலின் நிர்வாக ஆசிரியராகவும் பணியாற்றி, தற்போது, அமெரிக்க தமிழ் மக்களுக்காக வெளிவரும் '8 k தமிழ் எக்ஸ்பிரஸ்' இதழ் மற்றும் '8 k டிவி'யின் முதன்மை ஆசிரியராகவும் பணியாற்றி வருகிறார்.

சிறுகதைகள், கவிதைகள், செய்தி கட்டுரைகள், தன்னம்பிக்கை கட்டுரைகள், ஆஸ்திரேலிய பழங்குடியினரைப்பற்றிய ஒரு தொடர், மாயன்கள் வரலாறு உட்பட பல தொடர்கள், நகைச்சுவை கட்டுரைகள், துணுக்குகள் போன்றவற்றையும் எழுதிய, தொடர்ந்து எழுதி வருகிற ஹரி கிருஷ்ணனின் எழுத்துப்பணிக்கு வயது 19 வருடங்கள்.

எமகாதக எத்தர்கள்

சி. ஹரிகிருஷ்ணன்

கிழக்கு

எமகாதக எத்தர்கள்
Yamagathaga Etharkal

by *C. HariKrishnan* ©

First Edition: June 2017
152 Pages
Printed in India.

ISBN: 978-81-8493-741-1
Kizhakku 998

Kizhakku Pathippagam
177/103, First Floor,
Ambal's Building, Lloyds Road,
Royapettah, Chennai - 600 014.
Ph: +91-44-4200-9603

Email : support@nhm.in
Website : www.nhm.in

kizhakkupathippagam
kizhakku_nhm

Author's Email: hariwriter2014@gmail.com

Kizhakku Pathippagam is an imprint of New Horizon Media Private Limited

This book is sold subject to the condition that it shall not, by way of trade or otherwise, be lent, resold, hired out, or otherwise circulated without the publisher's prior written consent in any form of binding or cover other than that in which it is published and without a similar condition including this the rights under copyright reserved above, no part of this publication may be reproduced, stored in or introduced into a retrieval system, or transmitted in any form or by any means (electronic, mechanical, photocopying, recording or otherwise), without the prior written permission of both the copyright owner and the above-mentioned publisher of this book.

சமர்ப்பணம்

என் அம்மா சி. மனோன்மணிக்கு...

உள்ளே ...

என்னுரை

நம்மைச் சுற்றி தினம் தினமும் விதவிதமான மோசடிகள் நடந்துகொண்டேதான் இருக்கின்றன. பத்து ரூபாயை கீழே வீசி கவனத்தைத் திருப்பிவிட்டு, பணப்பையை திருடிக்கொண்டு செல்பவனில் இருந்து, ஈமு கோழி வளர்ப்பு, தேக்கு மர வளர்ப்பு திட்டம், சந்தன மரம் வளர்ப்பு, இரிடியம் ரைஸ் புல்லிங், மல்டி லெவல் மார்க்கெட்டிங், ஆண்மை விருத்தி மண்ணுளிப் பாம்பு, டேட்டா எண்ட்ரி மோசடிவரை, 'யாரை எப்படி ஏமாற்றலாம், எப்படிக் கவிழ்க்கலாம்' என அலையும் மோசடிப் பேர்வழிகளுக்கு உலகத்தில் பஞ்சமேயில்லை.

அதேபோல், உலகில் ஏமாறுபவர்கள் உள்ளவரை ஏமாற்றுபவர்கள் இருக்கத்தான் செய்வார்கள் என்கிற அதி உன்னத தத்துவத்துக்கு ஏற்றாற்போல 'ஏமாற எப்போது வாய்ப்புக் கிடைக்கும்?' என்று காத்துக்கிடந்து தனக்கான ஆப்பு தேடி அமரத் தயாராகும் அப்பாவி களின் எண்ணிக்கைக்கும் இவ்வுலகில் பஞ்சமில்லை.

சில ஏமாளிகளின் கதைகளை, ஏமாற்றிய ஜென்டில் மேன்களின் சாமர்த்திய சாகசங்களைப் படிக்கும்போது, கேட்கும்போது, அட! 'இப்படிக்கூட ஏமாற்ற முடியுமா? ஜெகஜ்ஜாலக் கில்லாடிகள்தான் இவர்கள்!' என்று ஆச்சரியப்படத்தக்க வகையில் மோசடிப் பேர்வழிகளின் ஏமாற்று வேலைகள் இருக்கும்.

இந்நூலில் அதுபோன்ற அதி சாமர்த்திய சாகசக்காரர் களின் ஆச்சரியப்பட வைக்கும் சில மோசடிச் சமாச்சாரங்களைத்தான் பார்க்கப் போகிறோம்.

உலகளவில் நிஜத்தில் நடந்த இந்த மோசடிச் சம்பவங்களில், சிலவற்றில் சம்பந்தப்பட்டவர்கள்

போலீசிடம் மாட்டிக்கொண்டனர். சிலர், கடைசிவரை போலீசாரிடம் சிக்காமல் 'கிரேட் எஸ்கேப்' ஆகி விட்டனர். சில ஏமாற்றுச் சம்பவங்களில் அதில் ஈடுபட்டவர்களின் உண்மையான பெயர்கள்கூட கடைசிவரை போலீசுக்குத் தெரியாமலே போனதுண்டு.

புதிது புதிதாக, விதவிதமாக, நம்மால் கற்பனை செய்து பார்க்கவே முடியாத வகையில் எல்லோரையும் முட்டாளாக்கிய கில்லாடி எத்தர்களின் ஏமாற்று வேலைகள் படிக்கப் படிக்க உங்களை வியப்பில் ஆழ்த்துவது நிஜம்! இதில் உள்ள மோசடி சம்பவங்கள் அத்தனையும் உண்மை.

இந்த உண்மைச் சம்பவங்கள், குமுதம் ரிப்போர்ட்டரில் 'இவன் வேற மாதிரி' என்ற பெயரில் தொடராக வந்து எனக்கு நல்ல பெயர் வாங்கிக் கொடுத்ததோடு, என்னை ஒரு எழுத்தாளனாக அங்கீகரிக்கவும் காரணமாக இருந்தது.

குமுதம் ரிப்போர்ட்டரில் இந்தத் தொடர் வெளியாகக் காரணமாக இருந்த நண்பர்களுக்கும், இச்சமயத்தில் நன்றி தெரிவித்துக் கொள்கிறேன்.

தொடராக வந்தபோது, ஆதரவளித்து உற்சாகப்படுத்திய வாசகர்கள், நண்பர்கள், இந்தப் புத்தகத்துக்கும் அதே போல் ஆதரவளித்து என்னை உற்சாகப்படுத்த வேண்டுகிறேன்.

என்றும் அன்புடன்,

சி. ஹரி கிருஷ்ணன்

1

ஈபில் டவரை விற்ற விபரீத எத்தன்!

விக்டர் ஆபரேஷன் - 1

'நான் சும்மா ரோட்டுல போனாக்கூட பணக்காரங்க தானா வந்து என்கிட்ட ஏமாந்து போறாங்க. அதுக்கு நான் என்ன செய்யறது...?'

இப்படிச் சொன்னவன் விக்டர் லூஸ்டிக் என்பவன். அப்போது அவன் சொன்ன இந்த வார்த்தைகள் உலகம் முழுதும் பிரபலம்.

யார் இந்த விக்டர் லூஸ்டிக் என்பதைத் தெரிந்து கொள்ளக் கொஞ்சம் பின்னோக்கிப் பயணிப்போம்.

1925. பிரான்ஸின் பாரிஸ் நகரில் பழைய இரும்புகளைச் சேகரித்து வியாபாரம் செய்துவரும், 'ஆண்ட்ரே போய்சான்' என்பவருக்கு அரசு முத்திரையுடன் கடிதம் ஒன்று வந்தது. கடிதத்தைப் பிரித்துப் பார்த்த போயசியனுக்கு ஆச்சரியம்.

'ஈபில் டவரை அரசு விற்க இருப்பதாகவும், இது சம்பந்தமாகப் பேசுவதற்குத் தபால் மற்றும் தொலைத்தொடர்புத்துறை இணை இயக்குநர் எட்வர்டை, குறிப்பிட்ட ஓட்டலில் சந்திக்கும்படியும் அந்தக் கடிதத்தில் இருந்தது.

ஈபில் டவர், பிரான்சில் தபால் மற்றும் தொலைத்தொடர்பு அமைச்சகத்தின் தேவைக்கு என உருவாக்கப்பட்டது.

அவருக்கு வந்ததைப்போல இன்னும் 5 பேருக்கு இதேபோல் கடிதம் வந்தது. இந்தக் கடிதம் குறித்து யாருக்கும் கொஞ்சம்கூடச் சந்தேகம் வரவில்லை. காரணம், சில தினங்களுக்கு முன், ஈபில் டவர் பராமரிப்புச் சம்பந்தமாக பாரிஸ் நகர சபையில் விரிவாக அலசப்பட்ட விஷயம் பத்திரிகைகளில் கொட்டை எழுத்துகளில் வந்திருந்தது. போரின் தாக்கத்தில் இருந்து பிரான்ஸ் கொஞ்சம் கொஞ்சமாக மீண்டு கொண்டிருக்கும்போது, ஈபில் டவரைப் பராமரிப்பது கடினமான செயல் என்று சில உறுப்பினர்கள் பேசியிருந்தனர்.

அதனால் கடிதம் பெற்ற ஆறு பேரும் ஈபில் டவரை விலைக்கு வாங்கத் தயாரானார்கள். அவர்கள், கடிதத்தில் குறிப்பிடப்பட்டிருந்த ஓட்டலுக்கு குறிப்பிட்ட நேரத்துக்குச் சென்றனர். அந்த ஆறு பேரையும் வெவ்வேறு ஓட்டல்களில் தனித்தனியாகச் சந்தித்தார் திருவாளர் எட்வர்ட்.

•

ஆர்ப்பாட்டமான கார். ஆடம்பர உடை. கனவான் என்று மதிக்கத்தக்க உருவம். அதிகாரத்தை வெளிப்படுத்தும் குரல். மரியாதையான தோற்றம். ஆறு பேருடனும் ஒரே மாதிரியான பேச்சுவார்த்தை.

'இதோ பாருங்கள்... இந்த ஈபில் டவர் ஓர் உலக அதிசயம்... இருந்தாலும் இரண்டாவது உலகப்போர் சமயத்தில் இது ரொம்பவும் சேதமாகிவிட்டது. அதனாலேதான் இதைத் துண்டு துண்டாகக் கழற்றி விற்றுவிடலாம்ன்னு பிரெஞ்சு அரசாங்கம் முடிவு பண்ணிட்டுது. அது சம்பந்தமான அதிகாரிதான் நான். அரசாங்கம் சார்பா இதை விலைபேசி விற்க வேண்டிய பொறுப்பு என்னிடம் கொடுக்கப்பட்டிருக்கு. இந்த விஷயம் மக்களுக்குத் தெரிஞ்சா கிளர்ச்சிப் பண்ணுவாங்கன்னு அரசாங்கம் ரகசியமா வைச்சிருக்கு.' என்று சொன்னவர், அதற்கான எல்லாச் சான்றிதழ்களையும் டேபிளின் மேலே எடுத்துப் போட்டார். எல்லாமே அரசு முத்திரையுடன் சரியாக இருந்தன.

'ஈபில் டவரை ஏலத்தில் எடுக்கப் பயங்கரப் போட்டி இருக்கிறது. முந்திக்கொள்கிறவர்களுக்கு முன்னுரிமை...' என்றவர், குரலைத் தாழ்த்தி, 'கவலைப்படாதீர்கள்! உங்களுக்கே ஈபில் டவர் கிடைக்கும்படிப் பண்ணுகிறேன். மொத்த விலையில் 30 சதவிகிதத்தை எனக்குக் கொடுத்தால், உடனடியாக ஆர்டரை உங்களுக்கே கொடுத்துவிடுகிறேன்.' என்றார் ஒவ்வொருவரிடமும்.

வந்தவர்களில் போயசியனின் பிஸினஸ் மூளை உடனே கணக்கிடத் தொடங்கி விட்டது. எப்படிக் கணக்குப் போட்டாலும் கணிசமான லாபம் கண்ணுக்கு முன் தெரிந்தது.

போய்சான் உடனடியாகப் பணம் தர ஒப்புக்கொண்டார். பிறகென்ன, 'போயசியனுக்கு ஈபில் டவரை விற்று விட்டதாக உடனடியாகப் பத்திரம் தயார் செய்யப்பட்டு, அரசு முத்திரைகளுடன் கையெழுத்திட்டார் எட்வர்ட்.

மொத்த விலையில் 30 சதவிகிதத்தை லஞ்சப் பணமாக வாங்கிக் கொண்டு, 'இன்று முதல் ஈபில் டவர் உங்களுடையது. பொது மக்களுக்கு இடைஞ்சல் இல்லாதவகையில் அதைப் பிரித்து விற்று விடுங்கள்...' என்று வாழ்த்தையும் சொல்லிவிட்டு காரில் ஏறிச் சென்று விட்டார்.

•

மறுநாள்...

ஈபில் டவரை அக்குவேறு ஆணிவேறாகப் பிரித்தெடுக்க ஆள்களோடு களம் இறங்கினார் போய்சான். அவருடைய ஆட்கள் டவரின்மீது ஏறினார்கள். போய்சான் அவர்களை முன்னின்று வேலை வாங்கிக்கொண்டிருந்தபோது, அவரது தோளை யாரோ தட்டினார்கள். திரும்பிப் பார்த்தால்... போலீஸ்!

'என்ன செய்கிறீர்கள்?'

'ஈபில் டவரை நான் விலைக்கு வாங்கிவிட்டேன். இதைக் கழற்றி எடுத்துப்போக வந்திருக்கிறேன்...'

'ஈபில் டவரைக் கழற்றுவது இருக்கட்டும். முதல்ல, மறை கழன்று போன உன்னைக் கொஞ்சம் 'டைட்' செய்துகொள்! முட்டாளே! ஒழுங்காக இங்கிருந்து ஓடிடு... இல்லேன்னா, உன்னை போலீஸ் ஸ்டேஷனுக்குக் கூட்டிட்டுப் போக வேண்டி வரும்!' போலீஸ் எச்சரித்து அனுப்பியது.

'ஆகா! நாம நல்லா ஏமாந்து போயிட்டோம்...' எனப் போயசியனுக்கு அப்போதுதான் விளங்கியது.

இப்படி, தான் ஏமாந்ததை வெளியே சொல்ல வெட்கப்பட்டுக்கொண்டு, இந்த விஷயத்தை அதோடு விட்டு விட்டார்.

•

போயசியனை ஏமாற்றிய ஆசாமி அப்போது தன் சிஷ்யனுடன் வியன்னாவுக்குப் பறந்து கொண்டிருந்தான். அவனின் உண்மையான பெயர் விக்டர் லுஸ்டிக். ஹங்கேரியில் பிறந்தவன். இப்போது செக் குடியரசுவாசியாகி இருந்தான். வசீகரிக்கும் தோற்றம் மட்டுமல்ல, பல மொழிகளில் சரளமாகப் பேசக்கூடியவன். எதிராளியைப் பேச்சால் வசியம் செய்வதில் திறமை மிக்கவன். விமானத்தில் பக்கத்து இருக்கையில் இருந்த சிஷ்யன் கேட்டான், 'தலைவரே... எப்படி இப்படி யோசனை உதித்தது?'

'பையா... ஈபில் டவர் பராமரிப்புக் குறித்து நகர சபையில் விவாதிக்கப் பட்ட விஷயத்தைப் பேப்பரில் பார்த்தேன். அதைச் சாதகமாக்கிக் கொண்டுதான் இந்த பிளானைப் போட்டேன். பட்சி மாட்டிக்கிச்சு.'

'நெக்ஸ்ட் என்ன தலைவரே?'

'நெக்ஸட்... ரெஸ்ட்...' என்று வடிவேலு பாணியில் சொல்லிக் கண்ணை மூடித் தூங்கத் தொடங்கினான் விக்டர்.

•

விக்டரிடம் நல்ல பழக்கம் ஒன்று (!) இருந்தது. ஓய்வுக்காக ஓர் இடத்துக்குச் சென்றுவிட்டால், அந்த இடத்தில் எந்த வம்பு தும்பும் வைத்துக்கொள்ளமாட்டான். ஓய்வை முழுமையாக அனுபவிப்பான்.

வியன்னாவில் விக்டர், ராஜ வாழ்க்கை வாழ்ந்தான். விக்டரின் ஆடம்பர ஆட்டத்தில், ஏமாற்றிச் சம்பாதித்த பணம் சீக்கிரம் கரைந்தது. ருசி கண்ட பூனை சும்மா இருக்குமா?

மீண்டும் பாரிஸ் வந்த விக்டர், 'ஈபில் டவர் விற்பனைக்கு' என்ற தன் பழைய விளையாட்டைத் தொடங்கினான். மீண்டும் ஆறு பேருக்குக் கடிதங்களை அனுப்பினான். இந்தக் கடிதம் குறித்துச் சந்தேகப்பட்ட ஒருவர், போலீசுக்குச் சொல்ல, இந்த விஷயத்தை முன்பே மோப்பம் பிடித்த விக்டர், 'எஸ்கேப்' ஆகி விட்டான்.

இந்தச் சம்பவத்துக்குப் பின்தான், இதற்கு முன்பு விக்டரால் ஏமாற்றப் பட்ட போய்சான், தான் ஏமாந்த கதையையும் போலீசிடம் தெரிவித்தார். விக்டர் கொடுத்த போலி ஆவணங்களையும் ஒப்படைத்தார். போலீசாரின், 'விருந்தினர்கள்' பட்டியலில் விக்டரின் பெயரும் சேர்ந்தது. அவனை போலீஸ் தேட ஆரம்பித்தது.

•••

2

கள்ள நோட்டு அடிக்கும் கள்ள மிஷின்!

விக்டர் ஆபரேஷன் - 2

பாரிஸ் நகரத்தில் குடிமகன்கள் அதிகம் கூடும் உயர் ரக பார் அது. உலகில் உள்ள அத்தனை கேடிகளும், ஃபிராடுகளும், தாதாக்களும் ஒன்று கூடும் இடம். சுருக்கமாகச் சொல்லவேண்டும் என்றால், எதெல்லாம் குற்றம் என்று சட்டம் சொல்கிறதோ, அதையெல்லாம் செய்யும் அத்தனை நபர்களும் புழங்கும் இடம் அது.

அந்த பாரில் ஓர் ஓரமாக உட்கார்ந்து தாக சாந்தி செய்து கொண்டிருந்தான் ஜான். முக்கியமான ஒருவருக்காகக் காத்திருந்தான் அவன். அமைதியாக இருப்பதைப் போல வெளியே தெரிந்தாலும், உள்ளுக்குள் மெல்லிய பதட்டம் ஒன்று ஓடிக் கொண்டிருந்தது.

காரணம், ஜான் சந்திக்கப் போகும் நபர் அப்படிப் பட்டவர். அவர் சொல்லும் பிசினஸ் மட்டும் உண்மை யாக இருந்து, சக்சஸ் ஆகிவிட்டால் ஒரு சில மாதங்களி லேயே ஜான் ஒரு மில்லினராகி விடுவான்.

ஒவ்வொரு கிரிமினலுக்கும் ஒவ்வொரு தொழில் இருக்கும். ஒவ்வொருவருக்கும் தொழில் செய்யும் முறையில் தனித்தன்மை இருக்கும்.

திருட்டோ, கொள்ளையோ, கொலையோ, ஒன்றைச் செய்திருக்கும் முறையிலேயே, இன்னார்தான் செய்திருப்பார் என போலீசார் கண்டுபிடித்துவிடுவார்கள். திருட்டு, கொள்ளை, கொலை மட்டுமல்ல, தீவிரவாதச் செயல்களும் அப்படித்தான்.

ஓரிடத்தில் வெடிகுண்டு வெடிக்கிறது என்றால், அந்த வெடிகுண்டின் தன்மை, வெடித்த இடம், வெடிக்கப் பயன்படுத்தப்பட்ட பொருள் என, ஒவ்வொரு தீவிரவாதக் கும்பலுக்கும் தனித்தனி ஸ்டைல் இருக்கும்.

அதை வைத்தே இன்ன அமைப்புத்தான் இந்தச் செயலில் ஈடுட்டிருக்கும் என்று போலீசார் சரியாகச் சொல்லி விடுவார்கள்.

சரி. நம் விஷயத்துக்கு வருவோம். ஜானின் தொழில், கள்ள நோட்டுகளை மாற்றுவது. ஒரு நோட்டைக் கையில் பிடித்தவுடனேயே அது நல்ல நோட்டா, கள்ள நோட்டா என்பதைக் கண்டுபிடிப்பதில் கில்லாடி. கள்ள நோட்டில் இருக்கும் குறைகள், அத்துறையைச் சார்ந்த நிபுணர்களைவிட ஜானுக்கு நன்றாகத் தெரியும்.

மெக்ஸிகோவில் கள்ளத்தனமாக அச்சடிக்கப்பட்ட அமெரிக்க டாலரை அங்கிருந்து வாங்கி, அமெரிக்காவில் புழங்க விடுவான். கள்ள நோட்டு களை இன்னோர் இடத்தில் வாங்கி மாற்றுவது லொள்ளுப் பிடித்த வேலை. இலாபமும் குறைவு. அதனால், தானே கள்ள நோட்டை அச்சடிக்க நினைத்தான்.

இதற்குச் சரியான நபர் யார் என்று தேடியபோது கிடைத்தவர்தான் லாரன்ஸ். டாலர் நோட்டை அச்சு அசலாக அச்சடிக்கும் மிஷின் லாரன்ஸிடம் இருப்பதாகத் தெரிய வர, முதல் கட்டப் பேச்சு வார்த்தைக்கு அவரை வரச் சொல்லியிருந்தான் ஜான்.

லாரன்ஸ் வருவதாகச் சொன்ன நேரம் கடந்துவிட்டிருந்தது. வரட்டும் வரட்டும். அவர் சொன்னது பொய்யாக மட்டும் இருந்தால், இன்றைய தினம்தான் அவருக்குக் கடைசி நாளாக இருக்கும்.

•

சிறிது நேரத்திலேயே லாரன்ஸ் வந்துவிட்டார். கோட் சூட், குறுந்தாடி, கையில் ஒரு வாக்கிங் ஸ்டிக் சகிதம் ஒரு விஞ்ஞானிக்கு உரிய தோற்றத்துடன் வந்த லாரன்ஸைப் பார்த்தவுடன் ஜானுக்குக் கொஞ்சம் நம்பிக்கை வந்தது.

பரஸ்பர அறிமுகம் முடிந்ததும் பிசினஸ் குறித்துப் பேசினார்கள்.

‘உண்மையான டாலர் நோட்டுக்கும், என் மிஷினில் அச்சடிக்கும் நோட்டுக்கும் கொஞ்சம் கூட வித்தியாசம் இருக்காது. கைதேர்ந்த நிபுணர்களால்கூடச் சிறிதும் வித்தியாசத்தைப் பார்க்க முடியாது. அச்சு

அசலாக ஒரிஜினல் நோட்டைப்போலவே இருக்கும். ஆறுமணி நேரத்தில் 100 மில்லியன் டாலர் நோட்டுகளை அச்சடிக்கும்...' என்று தன் மிஷினின் பெருமைகளை எடுத்து விட்டார் லாரன்ஸ்.

'உங்கள் மிஷினுக்கு என்ன விலை எதிர்பார்க்கிறீர்கள்?'

'ஐந்து லட்சம் டாலர்...'

'இது ரொம்ப அதிகம். ரெண்டு லட்சம் டாலர் தருகிறேன்.'

'நோ... நோ! இந்த மிஷினை உங்களிடம் விற்றுவிட்டு, என் கடைசிக் காலத்தை ஹவாய்த் தீவில் நிம்மதியாகக் கழிக்க விரும்புகிறேன். நான் தயாரித்த முதல் மிஷினும் இதுதான்; கடைசி மிஷினும் இதுதான். இதன் மூலம் நீங்கள் பெறும் லாபத்தைக் கணக்கிட்டால், இந்த விலை கடுகளவுதான்.'

இருவரும் கொஞ்ச நேரம் பேரம் பேசினர். முடிவாக மூன்று லட்சம் டாலர் என்று ஒரு மனதாக முடிவெடுத்தனர்.

'மிஷினின் செயல்பாட்டை நான் பார்க்க வேண்டும்'

'நிச்சயமாக... என் வீட்டுக்கு வாருங்கள் காட்டுகிறேன். வரும்போது பணத்தோடு வந்து விடுங்கள். பிடித்திருந்தால் வாங்கிக்கொள்ளுங்கள்.'

•

அன்று இரவு விஞ்ஞானி லாரன்ஸின் வீட்டுக்கு ஜான் சென்றான்.

ஒதுக்குப்புறமாக இருந்த வீட்டைப் பார்த்து, 'சொந்த வீடா?' என்றான் ஜான். 'இல்லை... வாடகை வீடு.' என்றார் லாரன்ஸ்.

அந்த வீட்டின் கடைசி அறையில் அந்த மிஷின் வைக்கப்பட்டிருந்தது. ஜானின் கண்ணெதிரிலேயே அந்த மிஷினை இயக்கினார் லாரன்ஸ். இங்க், பேப்பர் எல்லாவற்றையும் சரியான முறையில் வைத்துவிட்டு, முட்டிப் போட்டுப் பிரார்த்தனை செய்தார் லாரன்ஸ். பிறகு மிஷினின் ஸ்விட்சைப் போட்டார்.

சப்தத்துடன் மிஷின் இயங்க ஆரம்பித்தது. சரியான முறையில் பிரிண்ட் செய்யப்பட்டு, சரியான அளவுகளில் வெட்டப்பட்ட டாலர் நோட்டுகள் ஈரத்துடன் மிஷினின் கீழ்ப்பகுதியில் இருந்த பெட்டியில் விழ ஆரம்பித்தன. கொஞ்சநேரம் கழித்து மிஷினின் இயக்கத்தை நிறுத்தினார்.

ஈரமாக இருந்த டாலர் நோட்டுகளைக் காய வைத்தார். சிறிது நேரத்தில் நன்றாகக் காய்ந்த நோட்டுகளை எடுத்து ஜானிடம் கொடுத்தார்.

அந்த நோட்டுகளை வாங்கிப் பார்த்துப் பலமுறை பரிசோதித்தான் ஜான். சிறு வித்தியாசத்தைக்கூட அவனால் கண்டுபிடிக்க முடிய வில்லை. லென்ஸை வைத்து மீண்டும் மீண்டும் பரிசோதித்துப் பார்த்தும் எந்த வித்தியாசமும் தெரியவில்லை. ஜானின் முகம் ஆயிரம் வாட்ஸ் பல்பைப் போலப் பிரகாசித்தது.

தான் கொண்டுவந்த பணப்பெட்டியை லாரன்ஸிடம் கொடுத்தான். அதைச் சரி பார்த்து உள்ளே கொண்டுபோய் வைத்த லாரன்ஸ், அந்த மிஷினை இயக்குவதைப் பற்றி ஜானுக்குச் சொல்லிக் கொடுத்தார்.

'இந்த மிஷினை எப்போது கொண்டு போகப் போகிறீர்கள்?' என்று கேட்டார்.

'இப்போதே...' என்று பதிலளித்த ஜான், வெளியே சென்று தன் ஆட்களை வரவழைத்து, அந்த மிஷினை ஒரு ஜீப்பில் ஏற்றிக்கொண்டு போனான்.

அடுத்த சில மணி நேரங்களில் ஜான் கொடுத்த பணப் பெட்டியுடன் ஆஸ்திரேலியாவுக்குப் பறந்து கொண்டிருந்தார் லாரன்ஸ்.

•

வீட்டுக்குச் சென்று அந்த மிஷினை இயக்கிப் பார்த்த ஜானுக்குப் பயங்கர ஷாக். அது ஒரு சாதாரண அச்சு மிஷின். திருடனுக்குத் தேள் கொட்டிய கதைதான் ஜானுக்கு. சாதாரண அச்சு மிஷினைக் கள்ள நோட்டு மிஷின் என்று தன் தலையில் கட்டிய லாரன்ஸை நினைத்துக் கறுவினான் அவன்.

உடனடியாக, லாரன்ஸின் வீட்டைச் சுற்றி வளைத்தனர் ஜானின் ஆட்கள். ஆனால், வீட்டில் ஒருவரும் இல்லை.

'எங்கேயாவது மாட்டாமலா போய்விடுவாய்? உன் தலையை புல்லட்டால் துளைக்கிறேன்...' என்று உள்ளுக்குள் கறுவியபடி தலையைத் தொங்கப் போட்டுக்கொண்டு அங்கிருந்து நகர்ந்தான் ஜான்.

•

லாரன்ஸாக வந்தது விக்டர் என்பதைச் சொல்லவும் வேண்டுமோ? அந்த மிஷினில் சிறு தகிடுதித்தம் மட்டுமே செய்திருந்தான் விக்டர்.

மிஷினை இயக்கியபோது டாலர் நோட்டுகள் பிரிண்டானதுவரை சரிதான். ஆனால், அந்த நோட்டுகள் சரியான அளவில் வெட்டப்பட்டு

உள்பக்கம் வைக்கப்பட்டிருந்த வேறு ஒரு பெட்டியில் விழுந்தன.

வெளிப்புறம் இருந்த பெட்டியில் ஒரிஜினலான நல்ல நோட்டுகளை ரகசியமாக வைத்திருந்தான் விக்டர். அந்த நோட்டுகளை எடுத்துத்தான் ஜானிடம் கொடுத்திருந்தான். அவற்றைப் பார்த்து நம்பிய ஜான் மிஷினை வாங்க ஒப்புக்கொண்டான்.

மிஷினை எடுத்துச் செல்வதற்காக ஆட்களை அழைத்து வர ஜான் வெளியே சென்ற நேரத்தில், மிஷினின் உட்புறப் பெட்டியில் இருந்த கள்ள நோட்டுகளை எடுத்து மறைத்துவிட்டான் விக்டர்.

ஜானிடம் மட்டுமல்ல, பல நாடுகளிலும் பலவேறுவகையான நபர்களிடம் இந்த ஏமாற்று வித்தையை வெற்றிகரமாக அரங்கேற்றினான் விக்டர். தனது மோசடியை வெற்றிகரமாக முடித்ததும் உடனடியாக அந்த நாட்டிலிருந்து காலதாமதம் செய்யாமல் உடனே வெளியேறி விடுவான் அவன்.

ஏமாந்தவர்கள் சுதாரிப்பதற்குள் வேறு ஏதாவது ஒரு நாட்டில் தனது ஆடம்பர வாழ்க்கையை அனுபவித்துக் கொண்டிருப்பான்.

•••

3

ஒரு ஜென்டில்மேனின் போலிப் பத்திர மோசடி!

விக்டர் ஆபரேஷன் - 3

ஈபில் டவரை விற்பதற்கு முன்பே, வங்கியில் மோசடி செய்து, வங்கி நிர்வாகத்தினரையே விக்டர் மிரட்டி நடுங்க வைத்த கதை ஒன்று உண்டு. அதை இப்போது பார்ப்போம்.

1922ம் ஆண்டு பிப்ரவரி 4ஆம் தேதி.

அமெரிக்காவில் உள்ள மிசோரி மாகாணத்தில் உள்ள பிரபல வங்கி. காலை நேரம் என்பதால் பிஸியாக இயங்கிக்கொண்டிருந்தது. பழைய மாடல் கார் ஒன்று வங்கியின் வாசலில் வந்து நின்றது. உயர் ரக ஆடையணிந்து, வெள்ளை முடியுடன், பட்டையான புருவங்களுடன், லேசாகக் கூன் விழுந்த ஒருவர் வங்கிக்குள் நுழைந்தார். பார்த்தவுடனேயே மதிக்கத்தக்க தோற்றம்.

வங்கியின் முக்கிய இயக்குநர்களில் ஒருவரான ராபர்ட்டின் அறையை விசாரித்து, கதவைத் தட்டிவிட்டு உள்ளே நுழைந்தார். அவரை வரவேற்று உட்கார வைத்த ராபர்ட், என்ன விஷயம் என்பதைப்போல அவரைப் பார்த்தார்.

‘என் பெயர் பிரின்ஸ் தாமஸ். எங்கள் குடும்பம், ஆஸ்திரியாவில் மிகப் பெரிய பிரபு வம்சத்தில் வந்த குடும்பம். எங்களுக்கு முக்கியத் தொழிலே விவசாயம்தான். ஏராளமான பண்ணைகளும், தோட்டங்களும், குதிரை லாயங்களும், மாட்டுப் பண்ணைகளும் இருந்தன. முதலாம் உலகப் போரில் எல்லாம் அழிந்து விட்டன. மிச்சம் இருக்கும் பணத்தைக்கொண்டு ஏதாவது வியாபாரம் செய்யலாம் என்று அமெரிக்காவுக்கு வந்துவிட்டேன்...’ சொல்லிவிட்டுக் கொஞ்சம் ரிலாக்ஸ் செய்து கொண்டார் பிரின்ஸ்.

‘என்ன சாப்பிடுகிறீர்கள்? பிளாக் காபி கொண்டு வரச் சொல்லட்டுமா?’

‘சரி...’ என்று தலையசைத்த பிரின்ஸ், மீண்டும் தன் கதையைச் சொல்லத் தொடங்கினார்.

‘பலவிதமான வியாபாரங்களைப்பற்றி யோசனை செய்துவிட்டேன். எதுவுமே சரியாக வராது என்று தோன்றுகிறது. என் குடும்பத் தொழிலான விவசாயம்தான் சரியாக வரும் என்று நினைக்கிறேன். அதற்காகத்தான் உங்கள் உதவியை நாடி வந்திருக்கிறேன்.’

‘எங்கள் வங்கி என்ன செய்ய வேண்டும் என்று எதிர்பார்க்கிறீங்க?’

‘உங்க கிட்ட இருக்கிற தரிசு நிலத்தை வாங்க நான் ஆர்வமா இருக்கேன்.’

‘வெறும் தரிசு நிலத்தை வாங்கி என்ன செய்யப் போறீங்க? அதில் பயிர் பச்சை எதுவும் விளையாதே?’

‘நான் என் திறமையையும் அனுபவத்தையும் பயன்படுத்தி அந்த நிலத்தை விவசாயப் பண்ணையா மாற்றுவேன். அதற்கான திட்டமும் ரெடியா இருக்கு...’

‘உங்களுக்கு நம்பிக்கை இருந்தா சரி. அந்த நிலத்தைத் தர எங்களுக்கு எந்த ஆட்சேபனையும் இல்லை.’

‘என்கிட்ட 22 ஆயிரம் டாலர் மதிப்புள்ள கருவூலக் கடன் பத்திரம் இருக்கு. அந்தப் பத்திரத்தைத் தர்றேன். அந்த நிலத்துல இருந்து எனக்கு வருமானம் வரக் கொஞ்சம் நாளாகும். அதனால 10 ஆயிரம் டாலர் மதிப்புள்ள பத்திரத்துக்கு மாற்றா பணம் வேணும்.’

அந்த வங்கியின் இயக்குநர் அந்தப் பத்திரத் தாளை ஆராய்ந்தார். எல்லாம் சரியாக இருந்தன. மற்ற இயக்குநர்களிடம் தனியாகக் கலந்து ஆலோசித்தார். எல்லோரும் ஒப்புக்கொண்டனர். அவர்களுக்கு மிகவும் சந்தோஷம். ஒன்றுக்கும் உதவாத அந்தத் தரிசு நிலத்துக்கு இவ்வளவு பணம் கிடைக்கிறதே! பத்திரமும், பணமும் கை மாறின.

பிரின்ஸ் தாமஸ் என்ற பெயரில் வங்கியில் நுழைந்த விக்டர் லூஸ்டிக், வங்கிக்குள் எப்படி ரிலாக்ஸாக வந்தானோ, அதேபோல் வெளியேறினான்.

விக்டர் கொடுத்த பத்திரம் தங்கள் தரிசு நிலத்தைப் போலவே ஒன்றுக்கும் உதவாதது, போலி என்பது வங்கித் தரப்புக்குத் தெரிய வந்தபோது, அவன் மிசோரி மாகாணத்திலேயே இல்லை.

•

அமெரிக்காவின் நியூ யார்க்கில் உள்ள பிரபல பார்.

அமெரிக்காவின் பிரபலத் துப்பறியும் நிறுவனத்தின் மூத்த அதிகாரி அகேன்ச் அங்கு உட்கார்ந்திருந்தார். கண்டிப்பானவர், திறமையானவர் என்று பெயர் பெற்றவர்.

வங்கி மோசடிகளையும், இன்சூரன்ஸ் மோசடிகளையும் கண்டுபிடிப்பதில் திறமையானவர்.

இப்போதும் அந்த விஷயமாகத்தான் நியூ யார்க் வந்திருக்கிறார். இந்த பாருக்கு வந்த காரணமும் அதுதான்.

அவர் தேடி வந்த நபர், மூலையில் உள்ள ஒரு டேபிளில் ரொம்பவும் நிதானமாகக் குடித்துக் கொண்டிருந்தார்.

அந்த நபரின் மேல் இருந்து கண்ணை அப்படி இப்படி அசைக்கவில்லை அகேன்ச். அந்த நபரையே கழுகுப் பார்வை பார்த்துக்கொண்டிருந்தார்.

இரவு ஏற ஏற பாரில் இருந்த கூட்டம் கொஞ்சம் கொஞ்சமாகக் கரைந்து கொண்டிருந்தது.

மதுபான பாரை மூடும் நேரம் நெருங்கிக்கொண்டிருந்தது. அகேன்ச் எதிர்பார்த்த நேரமும் வந்துவிட்டது. போதை ஏறிய அந்த நபர், மெல்ல பாரை விட்டு வெளியே வந்தார். அகேன்ச் அவரை நெருங்கினார். அந்த நபரின் இடுப்பில் துப்பாக்கியை வைத்து அழுத்தினார்.

'என்ன வேண்டும் உனக்கு? இந்தா என் பர்ஸ்... என்னை ஒன்றும் செய்துவிடாதே...' என்றார் அந்த நபர்.

அவரிடம் எதுவும் பேசாமல், தயாராக வந்து நின்ற காரில் அந்த நபரை ஏற்றினார் அகேன்ச். கார் கிளம்பியது.

•

விக்டர் கொடுத்த கருவூலக் கடன் பத்திரம் போலி என்பதைத் தாமதமாகத் தெரிந்துகொண்ட வங்கித்தரப்பு, அவனைக் கண்டுபிடிக்கும் வேலையைத் துப்பறியும் நிறுவனம் ஒன்றிடம் கொடுத்தது. அந்த நிறுவனத்தைச் சேர்ந்தவர்தான் அகேன்ச்.

நியூ யார்க்கில் பிடித்த விக்டரை, மிசோரி மாகாணத்துக்குக் கொண்டு வந்து வங்கி இயக்குநர்கள் முன்னிலையில் நிறுத்தினார் அகேன்ச். மாட்டிக்கொண்டோமே என்று முகத்தில் கொஞ்சம் கூடப் பயமோ, கவலையோ இல்லாமல் கால் மேல் காலைப் போட்டுக்கொண்டு அலட்சியமாக உட்கார்ந்திருந்தான் விக்டர்.

அவன் உட்கார்ந்திருந்த நாற்காலியைச் சுற்றி வங்கி அதிகாரிகள் சூழ்ந்துகொண்டு அவனைக் கேள்விகளால் குடைந்து கொண்டிருந்தனர்.

எந்தக் கேள்விக்கும் அவன் பதிலளிக்கவில்லை. எல்லோரையும் அலட்சியமாகப் பார்த்தபடியே இருந்தான்.

நீண்ட நேரம் விசாரணை நடத்தியும் விக்டரிடம் இருந்து ஒரு தகவலும் பெயரவில்லை.

'எங்க பணத்தைக் கொடுத்துடு. உன்னை விட்டுடுறோம்...' என்று முரட்டுத்தனமாக இருந்த வங்கி அதிகாரி ஒருவர் விக்டரை முறைத்த படியே கூறினார்.

கொஞ்சம் கூட அசரவில்லை விக்டர். நிதானமாகக் கேட்டான்:

'ஒருவர் குற்றம் செய்தால் அவரை என்ன செய்வீர்கள்?'

'ம்ம்... போலீசிடம் பிடித்துக் கொடுத்துடுவோம்...' என்றார் வங்கி அதிகாரி.

'அப்ப போலீசை வரச் சொல்லுங்க. அவங்ககிட்ட என்னை ஒப்படைச்சிடுங்க...' என்றான் விக்டர்.

'கண்டிப்பா... போலீசிடம் உன்னை ஒப்படைக்கத்தான் போறோம். இருந்தாலும் உனக்கு ஒரு சான்ஸ் தர்றோம். எங்க பணம் எங்க இருக்குன்னு மட்டும் சொல்லு. போலீசில் ஒப்படைக்காமல் உன்னை விட்டுடுறோம்!' - வங்கி அதிகாரி.

'என்னது சின்னப்புள்ளத்தனமா இருக்கு... போலீசுக்கு எப்படிப் போவீங்க? போலீசுக்குப் போனா, நீங்க ஏமாந்த கதையைச் சொல்ல வேண்டி வரும். அந்த விவரம் பத்திரிகைகளில் வரும். பத்திரிகைகளில் வந்தா எல்லா மக்களுக்கும் இந்த விஷயம் தெரிஞ்சிடும். அப்புறம் உங்க

வங்கியோட பேரு நாறிடும். உங்க வங்கி மேல இருக்குற நம்பிக்கை போயிடும். உங்க பேங்குல பணம் போட்டவங்க எல்லாம் ஒரே நேரத்துல பணத்த எடுக்கத் தொடங்கிடுவாங்க... கடைசியில வங்கியை மூடும் நிலைமை வந்துடும்... இது தேவைய்யா உங்களுக்கு? நீங்களே முடிவு செஞ்சுக்கோங்க..!'

விக்டர் சொன்னது அங்கிருந்த வங்கியினர் மத்தியில் கடும் அதிர்வலையை ஏற்படுத்தியது. ஒருவர் முகத்தை ஒருவர் பார்த்துக் கொண்டனர்.

காரணம், போலீக்குப் போனால் வங்கியின் பெயர் கெட்டுப் போகும் என்றுதான், இந்த வழக்கைத் தனியார் துப்பறியும் நிறுவனத்திடம் கொடுத்தனர். அந்தக் கருத்தை விக்டர் எடுத்துச் சொன்னவுடன், என்ன செய்வதென்று புரியாமல் கொஞ்ச நேரம் எதுவும் பேசாமல் நின்றுவிட்டனர்.

பிறகு, எல்லோரும் தனி அறையில் கூடி விவாதித்தனர். கடைசியில், விக்டரை அனுப்பி விடுவது என்று முடிவெடுத்த அவர்கள், 'நீங்க போகலாம்...' என்றனர்.

அப்படிச் சொன்னதும் சரியென்று கிளம்பி விடுவானா விக்டர்? எமகாதகனாயிற்றே?!

'போங்கன்னு சொன்னா எப்படிப் போறது? இங்க இருந்து திரும்பவும் நியூ யார்க்குக்குப் போறதுக்கான பயணச் செலவையும், ஜென்டில்மேனான என்னைத் தொந்தரவு கொடுத்ததுக்கு நஷ்ட ஈடா ஆயிரம் டாலரையும் தரணும்!' என்று வங்கி அதிகாரிகளிடம் கேட்க, அவனை அப்படியே கொன்று விடலாமா என்னும் அளவுக்கு வங்கி அதிகாரிகளுக்குக் கோபம் வந்தது.

ஆனா, வேறு வழி?

விக்டர் கேட்ட பணத்தைக் கொடுத்து வழியனுப்பி வைத்தார்கள்.

•••

4

குதிரைப் பந்தய கோல்மால்!

விக்டர் ஆபரேஷன் - 4

கனடாவின் மொண்ட்ரியல் நகரம்.

வேறொரு பிசினஸ் விஷயமாக அங்கு வந்த விக்டருக்கு, வந்த வேலை ஆகவில்லை.

இந்தப் பயணம் வீணாகப் போனதில் விக்டருக்கு வருத்தம்தான் என்றாலும், வந்ததற்கு ஊரைச் சுற்றிப் பார்க்கலாம் என்று புறப்பட்டான்.

கடைசியாக, அந்த ஊரின் பிரபலமான குதிரைப் பந்தய மைதானத்திற்குச் சென்றான். மைதானம், ஒரே கூச்சல், குழப்பம், பரபரப்பாக இருந்தது.

கோட், சூட் போட்ட கனவான்கள் முதல் சாதாரணக் கூலித் தொழிலாளிகள்வரை, ஓடிவரும் குதிரைகளைப் பார்த்து, 'கமான்... கமான்...' என்று கத்திக் கொண்டிருந்தார்கள்.

அவர்களில் ஒருவர் மட்டும் கொஞ்சம் வித்தியாசமாகத் தெரிந்தார். அவரிடம் பணக்காரத்தனம் தெரிந்தது. 'பீக் ஹவரில்' வரும் நம்ம ஊர் பஸ்ஸைப்போல நிரம்பி வழிந்த பர்ஸ், பைக்கு வெளியே பாதித் தெரிந்தபடி இருந்தது.

அவரைப் பார்த்ததும், விக்டர் லுஸ்டிக்கின் கிரிமினல் மூளை துரிதமாக வேலை செய்தது. உள்ளங்கை அரிக்கத் தொடங்கியது. இந்த ஊருக்கு வந்துவிட்டு வெறும் கையுடன் எதற்குப் போக வேண்டும்?

இந்த இடத்தில் ஒரு ஆட்டத்தை ஆடிப் பார்த்து விடுவோமா? இப்படி எண்ணிக்கொண்டு விக்டர் தன் மனதுக்குள் பூவா தலையா போட்டுப் பார்த்ததில், 'ஆடிவிடு' என்ற சாதகமான பதில் கிடைத்தது.

அருகில் இருந்தவரிடம் அவரைப் பற்றி விசாரித்தான்.

அவர் பெயர் வேர்மொன்ட். பெரிய பணக்காரர். பல பிசினஸ்களில் இருந்து பணம் கொட்டுகிறது. பாதி நேரம் ரேஸ் மைதானமே கதின்னு இருப்பார்.

இது போதுமே!

குதிரைகள் எல்லைக்கோட்டை நெருங்கும் சமயம், எல்லோரின் கவனமும் அங்கே இருக்க, மெதுவாக வேர்மொன்ட்டின் பாக்கெட்டில் இருந்த பர்சை எடுத்துக்கொண்டு அங்கிருந்து நகர்ந்தான்.

•

மறுநாள். அதே குதிரைப் பந்தய மைதானம். ஓடிவரும் குதிரைகளைப் பார்வையிட்டுக்கொண்டிருந்த வெர்மொன்ட்டின் அருகில் சென்றான் விக்டர்.

'மிஸ்டர் வெர்மொன்ட்... இந்த பர்ஸ் உங்களுடையது தானே?' என்று கேட்டுவிட்டு, நேற்று அவரிடமிருந்து, தான் எடுத்த பர்ஸை நீட்டினான்.

'ஆமா... என்னதுதான்! நேத்துத் தொலைஞ்சி போயிடுச்சி... உங்களுக்கு எப்படிக் கிடைச்சது?'

'கீழே கிடந்தது... எடுத்துப் பார்த்தா நிறையப் பணம் இருந்தது. உள்ளே உங்க போட்டோவும் அட்ரஸும் இருந்தது. இன்னிக்கு நீங்க இங்க வரலேன்னா... உங்க அட்ரஸுக்கு நானே கொண்டுவந்து கொடுக்கலாம்ன்னு இருந்தேன்.'

பர்ஸைத் திறந்து பார்த்தார் வெர்மொன்ட். மொத்தப் பணமும் அப்படியே இருந்தது. ஒரு பைசாகூடக் குறையவில்லை. ஆச்சரியத்துடன், 'ரொம்ப தேங்க்ஸ்... உங்க பேர் என்ன? என்ன தொழில் பண்றீங்க?' என்று கேட்டார் வெர்மொன்ட்.

'என் பெயர் வில்லியம். என் குடும்பத் தொழில் இரும்பு பிஸினஸ். நாங்கள் கோடீஸ்வரர்கள். தொழில் நசிஞ்சு போச்சு. இருக்கிறத வச்சுக்கிட்டுக் கௌரவமாக வாழ்ந்துக்கிட்டிருக்கோம்...'

இதையடுத்துப் பல விஷயங்களில் பேச்சுத் திரும்பியது. இருவரும் மிகவும் நெருக்கமாகிவிட்டார்கள். வில்லியம்மின் நேர்மை வெர்மொன்ட்டுக்கு மிகவும் பிடித்துவிட்டது.

தன் பர்ஸைத் திறந்து கற்றையாக நோட்டுகளை எடுத்து வில்லியமிடம் கொடுத்தார் வெர்மென்ட். அதை வாங்க மறுத்துவிட்டான் வில்லியம் என்ற பெயரில் இருந்த விக்டர்.

'எனக்கு நீங்க ஏதாவது உதவி செய்யணும்ன்னு நினைச்சா ஒண்ணு செய்யுங்க... என்னுடைய சொந்தக்காரப் பையன் 'எமில்' என்பவன், ஒரு குதிரைப் பந்தய புக்கிங் ஆபீசுல வேலை பாக்குறான். ரேசுல எந்தக் குதிரை ஜெயிக்கும்ன்னு அவனால சரியாச் சொல்ல முடியும். அதனால அவன் சொல்ற குதிரை மேல பணத்தைக் கட்டுங்க. உங்களுக்கு வரக்கூடிய லாபத்தில 10 சதவிகிதத்தை எனக்குக் கொடுத்துருங்க.' என்றான் விக்டர்.

விக்டர்மீது ஏற்கெனவே நம்பிக்கை இருந்ததால், முதலில் சிறிய தொகையைக் கொடுத்துச் சோதனை செய்தார் வேர்மொன்ட். அந்தத் தொகையை நல்ல லாபத்துடன் திருப்பிக் கொடுத்துத் தனக்குச் சேர வேண்டிய 10 சதவிகித கமிஷன் தொகையை மட்டும் வாங்கிக் கொண்டான் விக்டர்.

விக்டர் மூலம் வேர்மொன்ட்டுக்கு நல்ல லாபம் கிடைத்து வந்தது. இப்படியே சில நாட்கள் கடந்தன.

ஒருநாள் வேர்மொன்ட்டிடம் வந்த விக்டர், 'என் சொந்தக்காரன் எமிலின் மனைவிக்கு உடம்பு சரியில்லை... அதனால் அவன் வேலையை விட்டுட்டுச் சொந்த ஊருக்குப் போய் செட்டிலாக நினைக்கிறான். எமில் மூலம் கடைசியாக ஒரு பெருந்தொகையைக் கட்டினால், பல மடங்கு லாபம் சம்பாதித்து விடலாம்.' என்றான்.

வேர்மொன்ட் கொஞ்சம்கூட யோசிக்கவில்லை. பெருந்தொகையை பெட்டிங் கட்ட, விக்டரிடம் கொடுத்தார். அந்தப் பணத்தை எடுத்துக் கொண்டு போனவன், போனவன்தான். திரும்பி வரவேயில்லை.

இந்த மோசடியில் மட்டும், விக்டருக்கு லாபம் எவ்வளவு தெரியுமா? 32 ஆயிரம் டாலர்!

•

நியூ யார்க்கின் ஒதுக்குப்புறமான பகுதியில் உள்ள அந்தச் சாதாரண விடுதிக்குள் விக்டர் லூஸ்டிக் நுழைந்தான். ரிசப்ஷனில் இருந்தவனிடம், 'அல் கபோனைப் பார்க்கணும்.' என்றான்.

‘உடம்புல உயிர் இருக்கணும்ன்னா உடனேயே இங்கிருந்து போயிடு.’ கோபப்படாமல் அமைதியாகச் சொன்னான் அவன்.

‘முக்கியமான விஷயம் பேசணும்.’

‘உன் பேர் என்ன?’

‘எட்வின்...’

‘உட்கார்... இப்ப வர்றேன்.’

படியேறி மேலே போனவன் சில நிமிடங்களில் திரும்பி வந்து, ‘109ஆம் ரூமுக்குப் போ.’ என்றான்.

•

படிகளில் ஏறும்போதே, அல் கபோனிடம் எப்படிப் பேச வேண்டும் என்று ஒத்திகை பார்த்துக்கொண்டான் எட்வின் என்ற விக்டர் லுஸ்டிக்.

காரணம், அவன் சந்திக்கப் போகும் நபர் அப்படிப்பட்டவன். நிழல் உலகத் தாதாக்களில் முக்கியமானவன் அல் கபோன். கொஞ்சம் சந்தேகம் எழுந்தாலும் சிறு எலும்புகூட மிஞ்சாது என்று எட்வினுக்குத் தெரியும்.

அடுத்தவரை ஏமாற்றுவதே சுகம். அதிலும், நிழல் உலகத் தாதா, மாஃபியாக் கும்பலில் முக்கியமானவன், பயங்கரமானவன், கொலைப் பாதகத்துக்கு அஞ்சாதவன் எனச் 'சர்வதேசப் புகழ்' வாய்ந்த அல் கபோனை ஏமாற்றுவது பரம சுகம்.

‘அல் கபோனிடமிருந்து கொஞ்சப் பணத்தையாவது ஆட்டய போடுவேன். இல்லேன்னா கொஞ்சப் பணத்தைப் பரிசாவாவது வாங்குவேன்.’ என்று தன் சிஷ்யனிடம் சொல்லி விட்டு வந்திருந்தான் விக்டர்.

•

ரூம் நெம்பர் 109ன் கதவைத் தட்டினான். ‘வா...’ ஒற்றை வார்த்தையில் உள்ளிருந்து குரல் வந்தது.

‘என்ன விஷயமாக என்னைப் பார்க்க வேண்டும்?’ கட்டையாய், குட்டையாய் இருந்த அல் கபோன் கேட்டான்.

புதுமையான நிதித்திட்டம் ஒன்றை எடுத்துச் சொன்னான் விக்டர். இந்த நிதித்திட்டத்துக்கு 50 ஆயிரம் டாலர் தேவைப்படுகிறது என்றும், இந்தத் தொகையைக் கொடுத்தால் இரண்டே மாதத்தில் ஒரு லட்சம் டாலராகத் திருப்பிக் கொடுத்து விடுவதாகவும் கூறினான்.

விக்டர் சொன்ன திட்டம், அல் கபோனுக்குப் பிடித்துவிட்டது.

50 ஆயிரம் டாலரை ஒரு பெட்டியில் வைத்துக் கொடுத்தான் அல் கபோன்.

விக்டரை வெளியே அனுப்புவதற்கு முன், பல கோணங்களில் அவன் போட்டோ எடுக்கப்பட்டான்.

எதற்காக போட்டோ எடுக்கிறார்கள் என்று விக்டருக்குத் தெரியும். எந்த வழியிலும் அவன் ஊரை விட்டு வெளியேற முடியாது. எல்லா இடங்களிலும் அல் கபோனுக்கு ஆட்கள் இருக்கிறார்கள். எங்காவது தப்பிக்க நினைத்தால் அடுத்த நிமிடம் விக்டர் மடக்கப்படுவான்.

•

அல் கபோனிடம் வாங்கிய 50 ஆயிரம் டாலரையும் வங்கி லாக்கர் ஒன்றில் வைத்த விக்டர், இரண்டு மாதங்களையும் ஓய்விலேயே கழித்தான்.

சரியாக இரண்டு மாதங்கள் முடிந்தவுடன், லாக்கரில் இருந்த 50 ஆயிரம் டாலரையும் எடுத்துக்கொண்டு போய், அல் கபோனிடம் கொடுத்தான்.

'நான் போட்ட திட்டம் எதிர்பார்த்த பலனைத் தரவில்லை. அதனால் நீங்கள் கொடுத்த 50 ஆயிரம் டாலரைத் திருப்பிக் கொடுத்து விடுகிறேன்.' என்று கூறிப் பணத்தை ஒப்படைத்தான்.

லாபம் இல்லாவிட்டாலும் நஷ்டமில்லை என்பதால் விக்டரின் நேர்மையான குணத்தைப் பாராட்டி, விக்டருக்கு 5 ஆயிரம் டாலரைப் பரிசாக அளித்தான்.

அந்த 5 ஆயிரம் டாலரைத் தன் சிஷ்யனிடம் காட்டிப் பெருமைப் பட்டுக்கொண்டான் விக்டர்.

'எப்படித் தலைவரே?' சிஷ்யனுக்கு ஆச்சரியம்.

'அல் கபோனை ஏமாற்றுவது என்பது எமனுக்கு 'ஹலோ' சொல்வதைப் போல என்பது எனக்குத் தெரியும். அதனால்தான் அவனை ஏமாற்றாமல், அவனாக எனக்குப் பணத்தைத் தரும்படிச் செய்துவிட்டேன்...' என்று சொல்லிச் சிரித்தான் விக்டர்.

விக்டரின் பேங்க் பேலன்ஸ் ஒரு பக்கம் ஏறிக்கொண்டிருக்க, அவனுடைய குற்றங்களின் பட்டியலும் எக்கச்சக்கமாக எகிறிக்கொண்டிருந்தது.

•••

5

அமெரிக்காவை அரள வைத்த கள்ளநோட்டுப் புழக்கம்!

விக்டர் ஆபரேஷன் - 5

வருடம் *1930.*

தன்னுடைய தொடர் மோசடிகளால், ஐரோப்பிய நாடுகள் பலவற்றிலும் தேடப்பட்ட முக்கிய குற்றவாளியாக மாறிப் போனான் விக்டர்.

ஐரோப்பா முழுவதும் அவனுக்கு வலை விரித்துக் காத்திருந்தனர் போலீசார். ஆனாலும், விக்டர் சகஜமாகத் தன்னுடைய மோசடி வேலைகளை அரங்கேற்றிக் கொண்டுதான் இருந்தான்.

முக்கியமாக, அமெரிக்க அரசாங்கம் அவனை, 'வேண்டப் பட்ட குற்றவாளி' என்று 'செல்லமாக' அழைத்தது.

•

அந்த ஆடம்பரமான பங்களாவின் வரவேற்பறையில் விக்டர் லுஸ்டிக் உட்கார்ந்திருந்தான். அவனுக்கு அருகிலேயே அவனுடைய காதலி 'பில்லி மே' நின்று கொண்டிருந்தாள்.

விக்டருக்குப் பல காதலிகள். 'பால் குடிக்கப் பசுமாட்டையே விலைக்கு வாங்குவதில் நம்பிக்கை இல்லாதவன் நான்...' என்று தன் நெருங்கிய நண்பர்களிடம் அடிக்கடி ஜோக் அடிப்பான் விக்டர்.

பில்லி மே, அப்படியொன்றும் பெரிய அழகியல்ல. ஆனால், விக்டரைக் கட்டி வைக்க, அவளிடம் என்னவோ இருந்தது. அவனைப் பற்றிய மொத்த ரகசியமும் அவளுக்குத் தெரியும்.

இப்போது அவர்கள் ஒரு முக்கிய நபருக்காகக் காத்திருந்தார்கள்.

அதோ... கார் ஒன்று வந்துநின்றது. அவர்கள் யாருக்காகக் காத்திருந்தார்களோ அவன் காரிலிருந்து இறங்கி உள்ளே வந்தான். அவனை உரசியபடி ஒரு பெண்ணும் நடந்து வந்தாள்.

வந்தவன் பெயர் டாம் ஷா. நெப்ரஸ் நகரைச் சேர்ந்தவன். கெமிஸ்ட்ரி படித்தவன். கள்ள நோட்டுத் தொழிலில் விக்டருக்கு பார்ட்னர் அவன். அச்சு அசலாக டாலர் நோட்டுக்கான பிளேட்டைத் தயாரிப்பதில் வல்லவன்.

பிளேட்டைத் தயாரிப்பது, கள்ள நோட்டை அச்சடிப்பது டாம் ஷாவின் வேலை. அதை விநியோகிப்பது விக்டரின் வேலை.

அவனுடன் வந்தவள், அவன் மனைவி மேரி. இந்தத் தொழிலில் அவனுக்கு உதவியாக இருக்கிறாள்.

•

விக்டர் 1930ம் ஆண்டிலிருந்து தன் மோசடித் தொழிலைக் கொஞ்சம் மாற்றிக்கொண்டான். அச்சு அசலாகக் கள்ள நோட்டுகளை அச்சடித்து அமெரிக்கா முழுவதும் புழக்கத்தில் விட்டான்.

சில மாதங்களிலேயே விக்டரின் கள்ளநோட்டு அமெரிக்கா முழுவதும் பரவியது. கொஞ்ச காலத்திலேயே அமெரிக்காவில் கள்ள நோட்டுப் புழக்கம் மில்லியன் டாலர் கணக்கில் அதிகரித்தது. இந்தக் கள்ளநோட்டை அமெரிக்க போலீசார், 'விக்டர் மணி' என்றே அழைத்தனர்.

அதிகார நிலையில் இருந்த சில ஊழல் பெருச்சாளிகளுக்குப் பணத்தை வாரியிறைத்துத் தன் கஸ்டடிக்குக் கொண்டு வந்தான் விக்டர். அரசு இயந்திரத்தின் முக்கியமான இடங்களில் விக்டரின் விசுவாசிகள் பரவியிருந்தனர்.

விக்டரின் கள்ளநோட்டால் அமெரிக்கப் பொருளாதாரமே ஆட்டம் கண்டதால், அந்நாட்டின் உயர்நிலைக்குழு கூடி, விக்டரை எப்படியாவது பிடிக்கும் நடவடிக்கை குறித்து ஆலோசனை செய்தது.

முதல்கட்டமாக, விக்டருக்கு உதவி செய்யும் கறுப்பு ஆடுகளைப் பலி கொடுக்க முடிவெடுத்தனர்.

முதல் பலி, டெக்சாஸ் நகர ஷெரிஃப். விக்டரைப் பிடிக்க போலீஸ் தரப்பில் எடுக்கப்படும் நடவடிக்கைகளை இவர்தான் விக்டருக்குச் சொல்வார். மேலும், விக்டரைக் காப்பாற்றும் அத்தனை நடவடிக்கை களையும் எடுத்து வந்தார். இதற்காக, இவருக்கு விக்டர் பெருந்தொகை ஒன்றை மாதந்தோறும் கொடுத்து வந்தான்.

இவரை ரகசியமாகக் கண்காணித்து மடக்கி, அள்ளிக்கொண்டு போனார்கள். தனியறையில் வைத்து நன்றாகக் 'குளிப்பாட்டி' விசாரித்ததில், விக்டரைப் பற்றிய பல உண்மைகளைக் கக்கினார் அவர்.

விக்டரின் அத்தனை இருப்பிடங்களையும் ஒரே நேரத்தில் முற்றுகை யிட்டனர் போலீசார். ஆனால், அதற்குள் பட்சி பறந்துவிட்டது.

ஷெரிஃப் பிடிபட்ட விஷயம் கிடைத்தவுடன், தன் ஜாகை, அலுவலகம், பிரிண்டிங் ஃபேக்டரி என எல்லாவற்றையும் வேறு இடத்துக்கு மாற்றி விட்டான்.

ஆனால், விதி வேறு வடிவில் விக்டருக்கு வேட்டு வைத்தது.

•

1935ம் வருடம், மே10ஆம் தேதி.

'அந்த நாள் வராமலேயே போயிருக்கக்கூடாதா?' என்று விக்டர், பின்னாளில் பலமுறை நினைத்துக்கொண்ட நாள் அது.

விக்டர் கொடுத்த முக்கியமான ஒரு வேலையை முடித்துவிட்டுச் சீக்கிரமே வீடு திரும்பிக் கொண்டிருந்தாள் பில்லி மே. 'இவ்வளவு சீக்கிரம் நம்மை எதிர்பார்க்க மாட்டார் விக்டர்; நம்மைப் பார்த்ததும் ஆச்சரியத்தில் வாயைப் பிளக்கப் போகிறார்' என்று நினைத்துக் கொண்டே, விக்டரின் படுக்கையறைக் கதவைத் திறந்தவளுக்குப் பயங்கர அதிர்ச்சி.

படுக்கையில் விக்டர் லுஸ்டிக்கும், டாம் ஷாவின் மனைவி மேரியும் பின்னிப் பிணைந்துகொண்டிருந்தனர். கோபத்தில் பில்லி மேவுக்குப் பேச்சே வரவில்லை. முகம் சிவந்துவிட்டது.

விக்டர், தன்னிடம் இருந்து விலக முயன்ற மேரியை அடக்கி விட்டுப் பில்லியைப் பார்த்து, 'நீ வெளியே போய் காத்திரு... நான் கொஞ்ச நேரத்துல வந்துடுறேன்' என்றான்.

அவ்வளவுதான். ஓர் ஆட்டத்தை ஆடித் தீர்த்துவிட்டாள் பில்லி.

இருவருக்கும் காரசாரமான சண்டை. கோபம் தலைக்கேற, பில்லி மேவை ஓங்கி ஓர் அறை விட்டான் விக்டர்.

இத்தனை வருடப் பழக்கத்தில் பில்லியை விக்டர் ஒருநாள் கூட அடித்ததில்லை. இன்று வேறு ஒரு பெண்ணுக்காக, அவள் முன்னாலேயே அவன் தன்னை அடித்தது பில்லிக்குப் பெரிய அவமானமாகப் போய் விட்டது.

அவளைப் பார்த்து, 'கெட் அவுட்...' என்று கோபமாகக் கத்திய விக்டர், மீண்டும் தான் விட்ட வேலையைத் தொடங்கினான். அதற்கு மேல் அங்கே நிற்க அருவருப்படைந்த பில்லி வெளியே வந்தாள்.

மனம் முழுவதும் விக்டரைப் பழிவாங்க வேண்டும் என்ற வெறி நிறைந்திருந்தது. கோபத்தில் என்ன செய்கிறோம் என்ற உணர்வே இல்லாமல், டெலிபோனைக் கையில் எடுத்தாள். நம்பர்களைச் சுழற்றினாள்.

எதிர்முனையில், 'ஹலோ...' என்ற குரல் கேட்டது.

இவளும் பதிலுக்கு, 'ஹலோ... போலீஸ் ஸ்டேஷனா? என் பேர் பில்லி மே. நீங்கள் தேடிக் கொண்டிருக்கும் விக்டர் லூஸ்டிக் எங்கே இருக்கிறான் என்று எனக்குத் தெரியும்.' என்று பேசத் தொடங்கியவள், மடமடவென்று விக்டர் தங்கியிருந்த முகவரியைச் சொல்லிமுடித்தாள்.

•

அடுத்த சில நிமிடங்களில் விக்டர் தங்கியிருந்த வீட்டைச் சுற்றி வளைத்தது போலீஸ். ஆனால், போலீஸ் வரும் தகவல் தெரிந்து எப்படியோ 'எஸ்கேப்' ஆகி விட்டான் விக்டர்.

போலீஸ் விடாமல் தேடித் துழாவி ஏர்போர்ட் செல்ல டாக்ஸிக்காகக் காத்திருந்த விக்டரை மடக்கி, ஸ்டேஷனுக்குக் கூட்டிப் போனார்கள்.

அவனைச் சோதனையிட்ட போது, பர்ஸில் ஒரு சாவி இருந்தது.

அந்தச் சாவி குறித்து அவன் எதுவும் சொல்லவில்லை என்றாலும், 'டைம்ஸ் ஸ்கொயர்' சப்வே ரயில்வே ஸ்டேஷனில் உள்ள ஒரு லாக்கரின் சாவி அது என்பதை போலீசார் கண்டுபிடித்து விட்டனர். அந்த லாக்கரைத் திறந்து பார்த்ததில், 51 ஆயிரம் டாலரும், கள்ள நோட்டை அச்சடிக்கும் பிளேட்டும் இருந்தன.

கோர்ட்டில் ஆஜர்படுத்துவதற்கு முதல் நாள், நியூ யார்க்கில் உள்ள, 'ஃபெடரல் ஹௌஸ் ஆஃப் டிடென்ஷன்' என்ற சிறையில் இருந்து தப்பித்துவிட்டான் விக்டர்.

விக்டர் தப்பித்த கதையே சுவாரசியமானது.

ஜெயிலில் தரையில் விரிக்கவும், போர்த்திக்கொள்ளவும் கொடுத்த பெட்ஷீட்டுகளைக் கிழித்து, உறுதியான கயிறு போலாக்கினான் விக்டர்.

அந்தக் கயிற்றை மாடியில் இருந்து தொங்கவிட்டு, அதன் மூலம், சிறையின் கதவு, வெளிப்புற ஜன்னல்களைச் சுத்தம் செய்பவனைப் போலத் தப்பித்துச் சென்றுவிட்டான்.

அங்கே இங்கேயெனத் தேடி ஒருவழியாக 27 நாட்களுக்குப் பிறகு போலீஸ் மீண்டும் அவனைப் பிடித்து கோர்ட்டில் நிறுத்தினர்.

தான் செய்த அத்தனை குற்றங்களையும் ஒப்புக்கொண்ட அவன், தன்னை மன்னித்து விடுதலை செய்யும்படிக் கண்ணீர் விட்டுக் கெஞ்சினான்.

1935ம் ஆண்டு டிசம்பர் 5ஆம் தேதி. அவன் செய்த மோசடிக் குற்றங் களுக்காக 15 ஆண்டுகளும், சிறையில் இருந்து தப்பித்ததற்காக 5 ஆண்டுகளும் என மொத்தம் 20 ஆண்டுகள் சிறைத்தண்டனை விதிக்கப் பட்டது.

கலிஃபோர்னியாவில் உள்ள அல்கா டிராஸ் என்ற தீவுச் சிறையில் அடைக்கப்பட்டான் விக்டர்.

1947ம் ஆண்டு மார்ச் 9ஆம் தேதி விக்டரை நிமோனியா நோய் தாக்கியது. மிசௌரி என்ற இடத்தில் சிறைக் கைதிகளுக்கான மருத்துவமனையில் அனுமதிக்கப்பட்ட விக்டர், சிகிச்சைப் பலனின்றி 36 மணி நேரம் கழித்து இறந்தான். அப்போது அவனுக்கு வயது 57.

தனது ஏமாற்று வேலைகள் மூலம் உலகப் புகழ் பெற்ற விக்டரின் சகாப்தம் இப்படியாக முடிந்தது.

இதில் ஒரு வேடிக்கை என்னவென்றால், விக்டரின் இறப்புச் சான்றிதழில், தொழில் என்ற இடத்தில், 'சேல்ஸ்மேன்', அதாவது, 'விற்பனையாளன்' என்று எழுதப்பட்டிருந்தது.

•••

6

ஓர் அழகிய இரட்டை உளவாளி

வஹீதாவின் வில்லங்கம்

வாஷிங்டன் விமான நிலையம்.

பாகிஸ்தான் செல்லும் விமானத்தில் ஏறத் தயாராக இருந்த பர்தா அணிந்த அந்தப் பெண்ணை ஒரு குரல் தடுத்து நிறுத்தியது. அந்தப் பெண் திரும்பிப் பார்ப்பதற்குள், விமான நிலைய போலீசார் சிலர் அவரைச் சுற்றி வளைத்தனர்.

'மேடம்... கொஞ்சம் போலீஸ் ஸ்டேஷன் வரை வர முடியுமா?'

'ஏன் வரணும்? நான் யார் தெரியுமா? எங்க வேலை செய்றேன் தெரியுமா?'

'எல்லாம் தெரியும்... தெரிந்துதான் அழைத்துப் போக வந்திருக்கிறோம்!'

'தெரிஞ்சுமா என்கூட விளையாடுறீங்க? எஃப்.பி.ஐ.க்குத் தெரிஞ்சா என்ன ஆகும் தெரியுமா?'

'உங்கள நிறுத்தி வைக்கச் சொன்னதே அவங்கதான்!'

அதற்கு மேல் அந்தப் பெண் எந்த எதிர்ப்பும் தெரிவிக்க வில்லை.

‘ஆட்டம் முடிந்துவிட்டது...’ இந்த ஓர் எண்ணம்தான் அந்தப் பெண்ணின் மனதில் ஓடியது.

போலீஸ் அதிகாரிகள் காட்டிய இடத்தில் ரிலாக்ஸாக உட்கார்ந்து கொண்ட வஹீதா தஹ்ஸீன் என்ற அந்தப் பெண், அமெரிக்க உளவுத் துறையான எஃப்.பி.ஐ. அதிகாரிகளின் வருகைக்காகக் காத்திருக்க வைக்கப்பட்டார்.

•

ஃபெயர் ஃபக்ஸில்.

அரசு உயரதிகாரிகளும், பணக்காரர்களும் வசிக்கும் முக்கியப் பகுதி அது. இருட்டில் பிசாசைப்போல இருந்தது அந்த ஆடம்பர வீடு. அந்த வீட்டின் மதிப்பு எப்படியும் அரை மில்லியன் டாலர் இருக்கும்.

அந்த வீட்டின் முன்பு சப்தமேயில்லாமல் மூன்று கார்கள் வந்து நின்றன. அந்த கார்களில் இருந்து இறங்கிய கோட் சூட் போட்ட எட்டுப்பேர் திபு திபு என அந்த வீட்டின் படியேறினர்.

அவர்கள் அத்தனை பேரும் அமெரிக்க உளவுத்துறையான எஃப்.பி.ஐ.யின் உறுப்பினர்கள். அந்த வீட்டைச் சோதனையிட அனுமதி அளித்த நீதிபதியின் வீடு, அந்த வீட்டில் இருந்து நாலு வீடு தள்ளி இருந்தது.

தாங்கள் கொண்டு வந்திருந்த கருவிகளைக் கொண்டு பூட்டைத் திறந்தனர். இருட்டில் மூழ்கியிருந்த வீட்டினுள் நுழைந்து, ஓரிடத்தைக் கூட விடாமல் அக்குவேறு ஆணிவேறாகப் பிரித்து மேய்ந்தனர்.

அவர்கள் எதிர்பார்த்ததைவிட அதிகமாகவே அந்த வீட்டில் கிடைத்தன. அத்தனையும் புதையல்கள்; தகவல் சுரங்கங்கள்.

‘நாங்கள் வட அமெரிக்காவில் இருப்பதால் நிறைய விஷயங்களை அறிந்து கூற முடியும்.’

‘நாங்கள் உளவுச் செய்திகளைப் பெற வெளிநாட்டுத் தூதரகங்கள் மற்றும் உளவு நிறுவனங்களையே குறி வைத்திருக்கிறோம்.’

இவற்றைப் போன்று அரபு மொழியில் எழுதப்பட்ட சில விஷயங்கள் அடங்கிய கடிதங்கள் சிக்கின.

இவற்றையெல்லாம்விட முக்கியமான ஒன்றைப் பார்த்தவுடன் அத்தனை பேரும் அதிர்ச்சியில் உறைந்தனர். அந்தப் பொருளை எடுக்கும்போது அவர்களின் கைகள் நடுங்கின. கண்ணாடிக் குடுவை.

அதில் இருந்தவை, பேரழிவை ஏற்படுத்தக்கூடிய நச்சுக் கிருமிகள். நகரத்துக்கு வழங்கப்படும் குடிநீரில் கலந்து விட்டால் போதும்; சில மணி நேரங்களிலேயே நகரம் முழுதும் சுடுகாடாகி விடும்.

அந்த ஆடம்பர வீடு, ஏர்போர்ட்டில் கைது செய்யப்பட்ட வஹீதா தஹ்ஸீனின் வீடு. அவர் கைது செய்யப்பட்ட சில நிமிடங்களில் அவரது வீட்டிலும் இந்த ரெய்டு நடந்தது.

யார் இந்த வஹீதா?

இவரைப் பற்றி முழுமையாகத் தெரிந்துகொள்ளக் கொஞ்சம் பின்னோக்கிப் போவோம்.

•

1998ம் ஆண்டு மே மாதம்.

வாஷிங்டனில் இருக்கும் இ.பி.ஏ. அலுவலகத்தின் ரிசப்ஷனில் காத்திருந்தார் வஹீதா.

அமெரிக்காவின் பாதுகாப்பு உள் விஷயங்களை அறியக்கூடிய சுற்றுச்சூழல் பாதுகாப்புத்துறை. அதாவது, சுருக்கமாக இ.பி.ஏ. என்று அழைப்பர். அந்த அலுவலகத்தில் இன்னும் கொஞ்ச நேரத்தில் அவருக்கு இன்டர்வியூ நடக்கப் போகிறது.

இ.பி.ஏ.யில் ஆட்கள் தேவை என்று, அமெரிக்காவின் முக்கிய நாளிதழ்களில் வந்த விளம்பரத்தைப் பார்த்துத்தான் இன்டர்வியூக்கு வந்திருந்தார் வஹீதா.

அந்த இன்டர்வியூக்குப் போகச் சொல்லி, 'மேலிடம்' உத்தர விட்டிருந்தது. அந்த உத்தரவை யாராலும் மீற முடியாது. மறுத்தால் அதன் விளைவுகள் அவருக்குத் தெரியும்.

அவரைப்போல இன்னும் சிலர் வந்திருந்தனர். அவர்களில் சிலர் அவரைப்போல, மேலிடத்தின் கட்டளையின் பேரில் வந்திருக்கலாம். ஆனால், அவர்கள் யார் யார் என்பது வஹீதாவுக்குத் தெரியாது. தெரிந்து கொள்ளவும் கூடாது!

வஹீதா உள்ளே அழைக்கப்பட்டார். இ.பி.ஏ.வின் இயக்குநர் தான் நேர்காணலை நடத்தினார். பெயர், படிப்பு உள்ளிட்ட எல்லா விஷயங்களையும் விண்ணப்பத்தில் பார்த்துத் தெரிந்து வைத்திருந்தார்.

'பாகிஸ்தானில் என்ன செய்துகொண்டிருந்தீர்கள்?'

'விதவைகளுக்காகவும் ஆதரவற்றவர்களுக்காகவும் நடத்தப்பட்ட தொண்டு நிறுவனத்தில் பணி புரிந்தேன். இங்கும் சில தொண்டு நிறுவனங்களில் பகுதி நேரப் பணியாளராகப் பணி செய்து கொண்டிருக்கிறேன்.'

அதன் பிறகு வழக்கமான சில கேள்விகள். அவ்வளவுதான்.

ஒரு மாதம் கழித்துப் பணியில் வந்து சேருமாறு வஹீதாவுக்குக் கடிதம் வந்தது.

இ.பி.ஏ.வில் முக்கியப் பொறுப்பான விஷங்களை ஆய்வு செய்யும் துறையில் பணி. ஆண்டுக்கு 90 ஆயிரம் டாலர் சம்பளம், வீட்டு வாடகை, இத்யாதி, இத்யாதி.

'திருடன் கையில் சாவியைக் கொடுத்ததைப்போல' என்று நம்மூரில் ஒரு சொலவடை உண்டு. அது, வஹீதா விஷயத்தில் நூற்றுக்கு நூறு பொருந்தும்.

இந்த இடத்தில் ஒரு விஷயத்தைக் கண்டிப்பாகச் சொல்லியே ஆக வேண்டும்.

எந்த ஒரு நாட்டிலும் உளவுத்துறையில் பணியில் சேருவது என்றால், அது அவ்வளவு சுலபமல்ல. அதுவும், உலகின், 'பெரியண்ணன்' அமெரிக்காவின் உளவுத்துறையில் பணியில் சேருவதென்றால், பிரம்மப் பிரயத்தனம் செய்ய வேண்டும்.

பணியில் சேர விண்ணப்பிக்கும் நபரின் பரம்பரையையே ஸ்கேன் செய்து பார்த்துவிடுவார்கள். 'கிளீன் இமேஜ்' இருந்தால் மட்டும்தான் பரிசீலனைக்கே எடுத்துக் கொள்வார்கள்.

அமெரிக்காவுக்குச் செல்வதற்கான விசாவைப் பெறவே, ஏகப்பட்ட விதிமுறைகளை எதிர்கொள்ள வேண்டிய நிலையில், அமெரிக்க உளவுத்துறையில் பணி செய்ய வேண்டுமென்றால் எத்தனை விதிமுறை களைச் சந்திக்க வேண்டியிருக்கும் என்பதைச் சொல்லவும் வேண்டுமா?

இப்படி சென்சிட்டிவான வேலைகளுக்குக் கல்வித்தகுதி மற்றும் வேலை அனுபவங்கள் மாத்திரம் பார்க்கப்படுவதில்லை.

அவற்றுக்கெல்லாம் ஒருபடி மேலே, அவரது பின்னணி, குடும்பத்தினரின் பின்னணி, முன்னாள் தொடர்புகள் என்று பல விஷயங் களை அறிந்து ஆய்வு செய்த பின்னரே ஆட்களைத் தேர்வு செய்வார்கள்.

ஆனால், இத்தனை கெடுபிடிகள் இருந்தும் வஹீதா விஷயத்தில் அத்தனையையும் கோட்டை விட்டன, அமெரிக்க உளவுத்துறைகளான சி.ஐ.ஏ.வும், எஃப்.பி.ஐ.யும்.

அத்தனை திறமையாகத் தன்னைப் பற்றிச் சொல்லும் போலி ரெக்கார்டுகளை உருவாக்கி இருந்தார் வஹீதா.

•

இ.பி.ஏ. அலுவலகத்தில் கம்ப்யூட்டரில் மேய்ந்துகொண்டிருந்த வஹீதாவிடம் சக ஊழியரான கார்வெல், 'என்ன மேடம்... உங்க ஊருக்குப் போகப் போறீங்க போலிருக்கு! என்ன விஷயம்? எத்தனை நாள் லீவு?' என்று கேட்டார்.

'என்னுடைய அம்மாவுக்கு ரொம்பவும் உடம்பு சரியில்லை... அவசரமா வரச்சொல்லி போன் வந்தது. நாளைக்குக் காலையில போறேன். பதினஞ்சு நாள் கழிச்சுத்தான் வருவேன்.'

'அத்தனை நாள் லீவு கொடுக்க மாட்டாரே பாஸ்! எப்படி வாங்குனீங்க?'

'அம்மா சாகக்கிடக்குறாங்கன்னு சொன்னேன்... லீவு கொடுத்திட்டாரு!'

•

அமெரிக்காவில் குடியேறிய பின்னர், கிட்டத்தட்ட 12 முறை பாகிஸ்தானுக்குச் சென்று வந்திருக்கிறார் வஹீதா. நோய்வாய்ப்பட்ட உறவினரைக் காண, தொண்டு நிறுவனத்தில் இருக்கும் அனாதைகளைச் சந்திக்க என ஒவ்வொரு முறையும் ஒரு காரணம்.

அத்தனையையும் இ.பி.ஏ. நம்பியது. அவரின் பாகிஸ்தான் பயணத்துக்கான செலவுகளையும் இ.பி.ஏ.வே ஏற்றுக்கொண்டது.

இதையெல்லாம் விட காமெடி, வஹீதா சிறப்பாகப் பணியாற்றுகிறார் என்பதாக, ஆறுமுறை ஸ்பெஷல் போனஸ் பெற்றிருக்கிறார்.

பலநாள் திருடன் ஒருநாள் அகப்பட்டுக் கொள்ளத்தானே வேண்டும்? அப்படித்தான் வஹீதாவும் மாட்டினார்.

வஹீதாமீது முதலில் சந்தேகம் வந்தது எஃப்.பி.ஐ.க்கோ, சி.ஐ.ஏ.வுக்கோ இல்லை. குடியுரிமை அதிகாரிகளுக்குத்தான்.

அமெரிக்க உளவுத்துறை தன்னை முழுமையாக நம்பிவிட்டது என்ற நம்பிக்கையில், அடுத்த கட்ட நடவடிக்கையில் வஹீதா இறங்கினார். அமெரிக்கக் குடியுரிமையைக் கேட்டுக் குடியுரிமைத் துறைக்கு விண்ணப்பித்தார்.

விண்ணப்பத்தில் குறிப்பிட்டிருந்த சில விஷயங்கள் குடியுரிமை அதிகாரிகளுக்குச் சந்தேகத்தை ஏற்படுத்தின.

அவ்வளவுதான். அடுத்த நிமிடம் எஃப்.பி.ஐ. இயக்குநருக்கு போன் போனது. அந்த விஷயத்தைத் தனக்குக் கீழுள்ள அதிகாரிகளிடம் பகிர்ந்துகொள்ள, எஃப்.பி.ஐ.யே தீப்பற்றிக் கொண்டதைப்போலப் பரபரப்பானது.

இவர்கள் நடத்திய ரகசிய விசாரணைகளில், வஹீதா பாகிஸ்தானுக்கு மேற்கொண்ட பயணங்களுக்காகக் கூறிய காரணங்கள் அனைத்தும் பொய்யானவை எனத் தெரிய வந்தன.

பிறகு எதற்கு அவர் பாகிஸ்தானுக்குப் போனார்?

அதன் பின்னணியை ஆராய்ந்ததில் கிடைத்த முடிவு, இயக்குநரின் மூச்சையே நிறுத்தி விடும் போலிருந்தது.

அத்தனை ஆபத்தான ஒரு விஷயம், வஹீதாவின் பின்னணியில் இருந்தது.

•

வஹீதாவின் பின்னணி குறித்து எஃப்.பி.ஐ. அதிர்ச்சியடையக் காரணம் இருக்கிறது. கட்டுச் சோற்றுக்குள் பெருச்சாளியை வைத்துக் கட்டிய கதையாகத் தீவிரவாதிகளின் நடவடிக்கைகளைக் கண்காணிக்கும் உளவுத்துறையின் முக்கியப் பிரிவில், அவர்களின் ஆள் ஒருவரையே வேலைக்கு வைத்திருந்தால், அதிர்ச்சியடையாமல் என்ன செய்வார்கள்!?

வஹீதாவைப் பற்றிய விஷயம் வெளியே தெரிந்தால், செனட் சபையில் எஃப்.பி.ஐ.யை மட்டுமல்ல, அரசாங்கத்தையே கிழி கிழி எனக் கிழித்து விடுவார்கள்.

உலக நாடுகளில் சக்தி வாய்ந்த உளவு அமைப்புகளாகக் கருதப்படும், உலக முழுவதிலும் கண்களையும் காதுகளையும் வைத்திருக்கும் சி.ஐ.ஏ. போன்ற அமெரிக்க உளவு அமைப்புகளின் கண்களை மறைத்து, இரட்டை உளவாளியாகச் செயல்பட்டிருக்கிறார் வஹீதா.

அதாவது, அமெரிக்க உளவுத்துறையில் வேலை பார்த்துக்கொண்டே, அல் கய்தா அமைப்புக்காக உளவு பார்க்கும் வேலையையும் செய்திருக்கிறார்.

இந்த விவரங்கள் தெரிந்த உடனேயே, பாகிஸ்தான் செல்வதற்காக ஏர்போர்ட்டில் காத்திருந்த வஹீதாவை மடக்கிய கதையைத் தான் தொடக்கத்தில் பார்த்தோம்.

•

அமெரிக்க அரசின் முக்கிய அதிகாரிகளின் கூட்டம் அது. வஹீதா குறித்து எஃப்.பி.ஐ. உறுப்பினர்கள் கஷ்டப்பட்டுத் திரட்டிய விவரங்கள் அடங்கிய ரிப்போர்ட்டை வாசித்துக்கொண்டிருந்தார் அதன் இயக்குநர்.

'வஹீதாவின் கணவர் பாகிஸ்தான் ராணுவ உளவுத்துறையில், அதாவது மிலிட்டரி இன்டலிஜென்ஸில் முக்கியப் பிரிவில் பணியாற்றியவர். அந்தப் பணியில் இருந்து விருப்ப ஓய்வில் விலகினாலும், பாகிஸ்தான் உளவுத்துறைக்காக 'பார்ட் டைம்' வேலை செய்து வருகிறார்.

பாகிஸ்தான் ராணுவ உளவுத்துறையில் இவர் முன்பு இருந்தபோது, இவரது பணியே, பாகிஸ்தான் அரசுக்காக, அல் கய்தா மற்றும் தலிபான் இயக்கங்கள் மூலம் சில காரியங்களைச் செய்து முடிப்பதுதான்.

இன்னும் தெளிவாகச் சொல்லப்போனால், பாகிஸ்தான் அரசுக்கும், அல் கய்தா மற்றும் தலிபான் இயக்கங்களுக்கும் பாலமாக இருந்தவர்.

இதற்குக் கைம்மாறாக, இந்த அமைப்புகளுக்கு ஆயுதங்களையும், ஆயுதப் பயிற்சிகளையும் வழங்கியது பாகிஸ்தான் ராணுவ உளவுத்துறை. அதற்கான ஏற்பாடுகளைச் செய்தது வஹீதாவின் கணவர்தான்.

இதில் வேடிக்கை என்னவென்றால், ரஷ்யாவின் கட்டுப்பாட்டில் ஆப்கானிஸ்தான் இருந்தபோது, அதை எதிர்த்துப் போராடிய தலிபான் மற்றும் அல் கய்தா போன்ற தீவிரவாத அமைப்புகளுக்கு, அமெரிக்கா கேட்டுக்கொண்டதன் பேரில், பாகிஸ்தான் ஆயுதங்களைக் கொடுத்தது.

இந்த ஆயுதங்களைக் கொடுக்கும் பணியில் முக்கியப் பங்காற்றியவரும் வஹீதாவின் கணவர்தான். இதனால் அந்தத் தீவிரவாத இயக்கங்களின் மேல்நிலைத் தலைவர்களோடு, அவருக்கு நெருங்கிய தொடர்பு இருக்கிறது.

அமெரிக்காவுக்கு வருவதற்கு முன், பாகிஸ்தானில், 'Help rphans and Widows, சுருக்கமாக HW·· என்ற தொண்டு நிறுவனம் ஒன்றை நடத்தி வந்தார் வஹீதா.

இந்த நிறுவனம், பாகிஸ்தான் - ஆஃப்கன் எல்லையில் இயங்கி வந்தது.

அல் கய்தாவுக்கும் இந்தத் தொண்டு நிறுவனத்துக்கும் நெருங்கிய தொடர்பு இருந்தது.

பின்னர், அமெரிக்காவுக்குக் குடியேறிய வஹீதா, மிசௌரியில் இருக்கும் இஸ்லாமிய - அமெரிக்க தொண்டு நிறுவனத்தில் இணைந்து பணியாற்றினார். இந்த நிறுவனமும் வில்லங்கமானதுதான். பின்லேடன் அரங்கேற்றிய பல தீவிரவாதச் செயல்களுக்கு இந்தத் தொண்டு நிறுவனம் மூலம்தான் பணப்பட்டுவாடா நடந்தது.

இதனால், இந்த நிறுவனத்தை அமெரிக்கா பிளாக் லிஸ்ட்டில் வைத்திருந்தது. சில நேரங்களில் இந்தத் தொண்டு நிறுவனம் தீவிரவாதிகளின் புகலிடமாகவும் இருந்திருக்கிறது.

வஹீதா, இ.பி.ஏ.வில் பணிக்குச் சேருவதற்கு முன்னரே கவனிக்க வேண்டிய இந்த விஷயங்களை எப்படிக் கோட்டை விட்டனர் என்று தெரியவில்லை' என்று சொல்லிவிட்டுத் தன் பேச்சைக் கொஞ்சம் நிறுத்தினார் எஃப்.பி.ஐ. இயக்குநர்.

அந்தக் கூட்டத்தில் இருந்த இ.பி.ஏ.வின் முக்கிய அதிகாரி ஒருவர் எழுந்து, 'வஹீதா தஹ்ஸீன் நடத்தி வந்த ஏஜி அமைப்பு, சேவை மனப்பான்மையை உடைய உண்மையான தொண்டு நிறுவனம் என்று நம்பியே நாங்கள் அவருக்கு வேலை கொடுத்தோம்' என்று தன்னிலை விளக்கம் கொடுத்தார்.

இத்தனை ஆபத்தான பின்னணியைக் கொண்ட வஹீதாவைப் பற்றிச் சரியாக விசாரிக்காமல் வேலைக்கு எடுத்ததற்காகத் தன் துறையில் எத்தனை தலைகள் உருளப் போகின்றனவோ என்ற கவலை அவருக்கு.

அடுத்து என்ன செய்வது என்று எல்லா அதிகாரிகளும் ஆலோசனை செய்தனர். இதுவரை எந்த மாதிரியான, எத்தனை தகவல்கள் அல் கய்தாவுக்கு அனுப்பப்பட்டிருக்கின்றன என்ற விஷயத்தை வஹீதாவிடமிருந்து பெறும் பொறுப்பு, 'விசாரணை' விஷயத்தில் திறமை பெற்ற இரண்டு பெண் அதிகாரிகளிடம் ஒப்படைக்கப்பட்டது.

●

அந்த இரண்டு பெண் அதிகாரிகளையும் அழைத்த எஃப்.பி.ஐ. இயக்குநர் முக்கியமான உத்தரவுகள் சிலவற்றைப் பிறப்பித்தார்.

'வஹீதாவின் வீட்டிலிருந்து கைப்பற்றிய, பேராபத்தை விளைவிக்கக் கூடிய நச்சுப் பொருள்கள்பற்றித் தீவிரமாக விசாரிக்கச் சொல்லி மேல்மட்டத்தில் இருந்து ஏகப்பட்ட பிரஷர்.

'வஹீதா, கிருமிகளைப் பற்றிய ஆராய்ச்சியில் ஏன் ஈடுபட்டார்? இந்த நச்சுப் பொருள்களையும், கிருமிகளையும் எதற்காக வைத்திருந்தார்? என்ன செய்யப் போகிறார்? இந்தக் கிருமிகளை வைத்து அவர்கள் செய்ய நினைத்தது என்ன? அந்தக் கூட்டத்தினர் இதை எந்த மாதிரி, எங்கே பயன்படுத்தப் போகிறார்கள்? இந்தக் கேள்விகளுக்கான விவரங்கள் கண்டிப்பாக எனக்கு வேண்டும். நீங்கள் என்ன செய்வீர்களோ, ஏது செய்வீர்களோ தெரியாது. எனக்குத் தேவை தகவல்கள்; நான் எதிர்பார்க்கும் தகவல்கள் மட்டுமே' என்று சொல்லி அவர்களை அனுப்பி வைத்தார்.

பாவம்! அவர் என்ன செய்வார்? அவருக்கு பிரஷர் அப்படி!

அமெரிக்காவின் குடிநீரில் கிருமிகளைக் கலந்து பேரழிவை ஏற்படுத்தும் திட்டம் அல் கய்தாவிடம் இருந்தது. முன்பு, அல் கய்தா உறுப்பினர்கள் சிலரைப் பிடித்த சி.ஐ.ஏ. அவர்களிடம் விசாரித்ததில் இந்தத் திட்டம் பற்றித் தெரிய வந்திருந்தது.

ஒருவேளை அதற்காகத்தான் நச்சுப் பொருள்கள் வஹீதாவின் வீட்டில் வைக்கப்பட்டிருந்தனவோ? அதற்காகத்தான் கிருமிகளைப் பற்றிய ஆராய்ச்சியில் வஹீதா ஈடுபட்டிருந்தாரோ என்ற சந்தேகம்.

அந்த இரண்டு பெண் அதிகாரிகளும், எப்படியெல்லாமோ விசாரித்தும், ஓரளவுதான் விஷயத்தைக் கறக்க முடிந்தது. ஆனால், நச்சுப் பொருள்கள் மற்றும் கிருமிகள் குறித்து வஹீதாவிடம் உருப்படியாக எந்தத் தகவலையும் பெற முடியவில்லை.

எப்படி விசாரித்தும், ‘என்னிடம் கொடுத்துப் பத்திரமாக வைத்துக் கொள்ளச் சொன்னார்கள். அதைத் தவிர வேறு எதுவும் எனக்குத் தெரியாது’ என்று திரும்பத் திரும்ப ஒரே பதிலைத்தான் சொல்லிக் கொண்டிருந்தார் வஹீதா.

உண்மையிலேயே வஹீதாவுக்கு அதைப் பற்றி வேறு விவரங்கள் தெரியாமல் கூட இருந்திருக்கலாம். ஏனென்றால், அல் கய்தா அமைப்பு அப்படிப்பட்டது. தங்கள் உறுப்பினர்களிடம் அவர்கள் எதையும் விரிவாகச் சொல்லமாட்டார்கள்.

‘இதைச் செய்’ என்று மட்டும் சொல்வார்கள். ‘ஏன்’ என்று சொல்ல மாட்டார்கள். ஏன், எதற்கு என்ற கேள்விகளைக் கேட்கக்கூடாது. என்ன செய்ய வேண்டும் என்று பிறகு தகவல் வரும்.

வஹீதாவின் வீட்டிலிருந்து கைப்பற்றப்பட்ட அரபு மொழி ஆவணங்களை, அம்மொழியைத் தெரிந்தவர்களைக் கொண்டு மொழியாக்கம் செய்து படித்தபோதும், உருப்படியான தகவல்கள் கிடைக்கவில்லை; எல்லாமே பொதுவான தகவல்கள்.

வஹீதா மாட்டும்வரை, ‘அமெரிக்க உளவுத்துறையில் தீவிரவாதிகளின் கையாட்கள் ரகசிய உளவாளிகளாக ஊடுருவுவார்கள், உளவுத்துறையின் தகவல்கள் தீவிரவாத அமைப்புகளின் கைகளுக்குப் போகும்’ என்றெல்லாம் அமெரிக்கா நினைத்துக் கூடப் பார்க்கவில்லை.

வஹீதா விவகாரம் முன்னெச்சரிக்கையாக அமைந்துவிட்டது. அமெரிக்காவைத் தட்டி எழுப்பிவிட்டது. உளவுத்துறையில் உள்ளவர்களின் ‘பயோடேட்டாக்கள்’ ரகசியமாக எடுக்கப்பட்டு ஆராயப்பட்டன.

எல்லோருடைய விவரங்களும் சரியாக இருந்தன. எவ்விதச் சந்தேகமும் ஏற்படவில்லை.

மொத்தத்தில் சொல்லப்போனால், வஹீதாவின் விவகாரத்தால், அமெரிக்க உளவுத்துறை, தன்னையே சந்தேகப்பட்டுக்கொள்ளும் இக்கட்டான நிலைக்குத் தள்ளப்பட்டது என்று சொன்னால் மிகையாகாது.

இதெல்லாம் இருக்கட்டும். வஹீதா என்ன ஆனார் என்று கேட்கிறீர்களா?

உளவு அமைப்புகளுக்கு உள்ளே நடப்பவை சுவாரசியமானவை. ஆனால், அவை பெரும்பாலும் வெளியே வருவதில்லை. குறிப்பிட்ட சில சம்பவங்கள் வேறு வழியில்லாமல் வெளியே வரவேண்டிய கட்டாயத்தில் வெளியாகும். வஹீதாவின் விவகாரமும் அப்படித்தான் ஆகிவிட்டது.

வஹீதா பிடிபட்ட கொஞ்ச நாள் கழித்து அவரைப் பற்றிய தகவல் எதுவும் வெளிவரவில்லை. அவர் சிறையில் இருக்கிறார் என்கிறார்கள் சிலர். சிலரோ, அவர் பாகிஸ்தானுக்குத் தப்பிச்சென்று விட்டார் என்கிறார்கள். விவரம் தெரிந்த உளவுத்துறை அதிகாரிகளிடம் இது குறித்துச் சிலர் கேட்டபோது, அவர்கள் நமட்டுச் சிரிப்புச் சிரித்தார்கள். அவ்வளவுதான்.

வஹீதா விவகாரம் புகையாகப் போய்விட்டது.

•••

7

மியூசியத்திலிருந்து மறைந்த மோனலிசா ஓவியம்!

வின்சென் விளையாட்டு

வருடம் 1911. ஆகஸ்ட் மாதம், 22ஆம் தேதி.

பாரிசில் உள்ள புகழ் பெற்ற லூவர் மியூசியம்.

காலை பத்து மணிக்குத்தான் மியூசியம் திறக்கும் என்றாலும், எட்டு மணிக்கே சுற்றுலாப் பயணிகள் வரிசையில் நின்று கொண்டிருந்தார்கள்.

ஐரோப்பியர், அமெரிக்கர், ஆஸ்திரேலியர், ஜப்பானியர், ஆங்கிலேயர், அரேபியர், ஆப்பிரிக்கர், சீனர் எனக் கலவையான கூட்டம் அது.

அந்தக் காலையிலேயே கூட்டம் அலைமோதக் காரணம் இருக்கிறது.

உலகின் மிகப் பெரிய மியூசியங்களில் இதுவும் ஒன்று என்பதோடு, மிகவும் பழைமையானதும் கூட. 1793ம் ஆண்டு உருவாக்கப்பட்டது. 60,600 சதுர மீட்டர் பரப்பளவைக் கொண்டது. உலகிலேயே மிகவும் அதிகமான பார்வையாளர்கள் வரும் மியூசியம் இது.

உலகப் புகழ் பெற்ற சிற்பிகளின் படைப்புகள், புகழ் பெற்ற ஓவியங்கள், விதவிதமான கலைப் பொருள்கள்,

புராதனப் பொருள்கள் என, வரலாற்றுக்கு முந்திய காலம் முதல் 19ஆம் நூற்றாண்டு வரையிலான காலத்தைச் சேர்ந்த ஏறத்தாழ 35 ஆயிரம் கலைப் பொக்கிஷங்களைக் கொண்டது.

முக்கியமாக, இத்தாலியைச் சேர்ந்த உலகப் புகழ் பெற்ற ஓவியரான லியனார்டோ டாவின்சியின் புகழ் பெற்ற மோனலிசா ஓவியம் அந்த மியூசியத்தில்தான் இருந்தது.

ஐந்து ஆண்டுகளுக்கு முன்புதான் அந்த ஓவியம் இந்த மியூசியத்துக்கு வந்தது. ரொம்பவும் ராசியானவள் மோனலிசா. அந்த ஓவியம் வந்ததில் இருந்து சுற்றுலாப் பயணிகளின் எண்ணிக்கை இரண்டு மடங்காக அதிகரித்துவிட்டது.

அந்த ஓவியம் தங்கள் நாட்டு மியூசியத்தில் இருப்பது, பிரெஞ்சுக்காரர்களுக்குப் பெருமையாக இருந்தது.

அதிலும், அந்த மியூசியத்தின் இயக்குநருக்கு இந்த ஓவியம் தன் மியூசியத்தில் இருப்பதில் அதிகமான பெருமை.

காலை பத்து மணிக்கு மியூசியத்தைத் திறந்து உள்ளே நுழைந்த இயக்குநருக்கு ஏதோ ஒரு பொறி தட்டியது. 'ஏன் இருட்டாக இருக்கிறது? எப்போதுமே இப்படி இருக்காதே' என்று மனசுக்குள் நினைத்துக்கொண்டே திரும்பியவருக்குப் பேரதிர்ச்சி. மெயின் ஸ்விட்ச் ஆஃப் செய்யப்பட்டிருந்தது. அலாரங்கள் முற்றிலும் முடக்கி வைக்கப்பட்டிருந்தன.

உடனே மியூசியத்தின் காவலவர்களை அழைத்தார். தடதடவென உள்ளே நுழைந்த காவலர்கள் மியூசியத்தின் எல்லாப் பகுதிகளுக்கும் விரைந்தனர்.

கொஞ்ச நேரத்தில் திரும்பி வந்த அவர்கள் சொன்ன சேதி, தலையில் இடி விழுந்ததைப்போல இருந்தது இயக்குநருக்கு. கண்கள் இருண்டு மயக்கமாகி விழுந்தார் அவர். காவலர்கள் சொன்ன விஷயம் அப்படிப்பட்டது.

தண்ணீரைத் தெளித்து எழுப்பிய பின்னரும், கொஞ்ச நேரம் மலங்க மலங்க விழித்த அவர், ஒருவாறு தைரியப்படுத்திக்கொண்டு மீண்டும் ஒருமுறை கேட்டார்: 'என்ன சொன்னீங்க?'

'மோனலிசா ஓவியத்தைக் காணவில்லை சார்!'

'மோனலிசா ஓவியத்தைக் காணவில்லையா?' மனசுக்குள் திரும்பத் திரும்பச் சொல்லிப் பார்த்துக் கொண்டார்.

'நமக்குள்ளேயே சொல்ல முடியவில்லையே... இதை எப்படி அரசாங்கத்திடம் சொல்லப் போகிறேன்?' கை கால்கள் நடுங்கத் தொடங்கின அவருக்கு.

திருடப்பட்டது சாதாரணப் பொருளா? உலகப் புகழ் பெற்ற ஓவியமாயிற்றே!

இந்த இடத்தில் இந்த மோனலிசா ஓவியத்தைப் பற்றிக் கொஞ்சம் சொல்லியாக வேண்டும்.

இத்தாலியைச் சேர்ந்த லியனார்டோ டாவின்சியின் புகழ்பெற்ற ஓவியம்தான் மோனலிசா ஓவியம். இந்த ஓவியத்தை 1503ம் ஆண்டு வரைய ஆரம்பித்த டாவின்சி, மூன்றாண்டுகளுக்குப் பின் 1506ம் ஆண்டுதான் முடித்தார். இந்த ஓவியம், அவருக்கு உலகளவில் புகழைப் பெற்று தந்தது.

இந்த மோனலிசா ஓவியத்தின் மர்மப் புன்னகையும், இந்த ஓவியத்தின் மாடலும் இன்றுவரை சர்ச்சையிலேயே இருக்கின்றன.

இந்த ஓவியத்தின் இன்றைய மதிப்பு சுமார் 630 கோடி ரூபாய் என்றால், இதன் பெருமையை உணர்ந்து கொள்ளலாம்.

•

'மோனலிசா ஓவியத்தைக் காணவில்லை' என்று உடனடியாக போலீசுக்கும், அரசுக்கும் தெரியப்படுத்தப்பட்டது. சைரன் வைத்த போலீஸ் வாகனங்கள் மியூசியத்தைச் சூழ்ந்துகொண்டன. சுற்றுலாப் பயணிகள் திருப்பி அனுப்பப்பட்டனர். ஒருவரும் மியூசியத்தின் உள்ளே அனுமதிக்கப்படவில்லை.

பிரெஞ்ச் ஸ்பெஷல் போலீசாரும், துப்பறியும் நிபுணர்களும் மியூசித்தில் குவிந்தனர்.

அறுபதுக்கும் மேற்பட்ட அதிகாரிகள் மியூசியம் முழுவதும் சல்லடை போட்டுத் தேடினர். மியூசியத்தைச் சேர்ந்த 40க்கும் மேற்பட்ட காவலர்கள் அவர்களுக்கு உதவினார்கள். ஆனால், மோனலிசா ஓவியம் மாட்டப்பட்டிருந்த பிரேமைத் தவிர, வேறு எதுவும் உருப்படியாக அவர்களுக்குக் கிடைக்கவில்லை.

இதன்மூலம், மோனலிசா ஓவியம் திருடப்பட்டது உறுதியானது.

•

துடிப்பும் இளமையும் கொண்ட துப்பறியும் அதிகாரி வின்சென்ட், மியூசியத்தின் இயக்குநரிடம் துருவித் துருவிக் கேள்விகளைக் கேட்டுக்கொண்டிருந்தான்.

'ஆரம்பத்தில் இருந்து நடந்ததைச் சொல்லுங்கள்...'

'நேற்றுத் திங்கட்கிழமை என்பதால் மியூசியத்துக்கு விடுமுறை. இன்று காலை மியூசியத்தைத் திறந்தபோது மோனலிசா ஓவியம் திருடப் பட்டிருந்தது தெரிய வந்தது!'

'மியூசியத்தின் பாதுகாப்பு நடவடிக்கைகள் எப்படி?'

'பகல் நேரத்தில் ஒவ்வொரு கேலரியின் வாசலிலும் பாதுகாப்புக்கு இரண்டு காவலர்கள் இருப்பார்கள். தவிர, மியூசியத்தைச் சுற்றியும் காவலர்கள் இருப்பார்கள். பாதுகாப்பு கடுமையாகவே இருக்கும்...'

'இரவு நேரத்தில்?'

'இரவு நேரத்தில் அலார சிஸ்டம் இருக்கிறது. யாராவது மெயின் கதவைத் திறக்க முயன்றாலோ... சுவரில் மாட்டப்பட்டிருக்கும் ஓவியங்களைக் கழற்ற முயன்றாலோ... இங்கே மட்டுமல்ல... அருகில் உள்ள போலீஸ் ஸ்டேஷனிலும் அலாரம் அடிக்கும். இரவு நேரத்தில் மட்டுமல்ல, பகல் நேரத்திலும் அலாரம் இயங்கும் நிலையில்தான் இருக்கும். நான் இன்று காலை மியூசியத்தைத் திறந்தபோது, மெயின் ஸ்விட்ச் ஆஃப் செய்யப்பட்டிருந்தது. அதனால், அலாரம் வேலை செய்யவில்லை!'

'மெயின் ஸ்விட்சை யார் ஆஃப் செய்திருப்பார் என்று நினைக்கிறீர்கள்?'

'தெரியவில்லை...'

'மெயின் ஸ்விட்ச் எங்கே இருக்கிறது?'

மியூசியத்தின் உள் பகுதியில் ஓர் அறையைக் காண்பித்தார் இயக்குநர்.

•

கைரேகை நிபுணர்களும், தடயவியல் நிபுணர்களும் மியூசியத்தைச் சல்லடை போட்டுத் தேடியும் எந்தவொரு தடயமும் கிடைக்கவில்லை. மியூசியத்தின் பாதுகாவலர்கள் ஒட்டுமொத்தமாகப் பணியில் இருந்து நீக்கப்பட்டார்கள்.

மோனலிசா ஓவியம் திருடு போன தகவல் நாடு முழுவதும் தீயாகப் பரவியது. நாடே துக்கத்தில் ஆழ்ந்தது. எங்கு திரும்பினாலும் இதே பேச்சுதான். பத்திரிகைகள் கண்டபடி அரசாங்கத்தைத் திட்டித் தீர்த்தன.

நாட்டின் எல்லா எல்லைகளும் மூடப்பட்டன. எல்லையைத் தாண்டும் ஒவ்வொரு வாகனமும் தீவிரமாகச் சோதனையிடப்பட்டது. கப்பல்கள், ரயில்கள்கூட சோதனைக்குள்ளாகின.

ஓவியத்தைக் கண்டுபிடித்துத் தருபவர்களுக்கு அல்லது ஓவியம் இருக்கும் இடத்தைப் பற்றிய தகவலைத் தெரிவிப்பவர்களுக்கு 25 ஆயிரம் பிராங்க் பரிசளிப்பதாக பிரான்ஸ் அரசாங்கம் அறிவித்தது.

போலீசாரின் பட்டியலில் உள்ள திருடர்களும், கொள்ளைக்காரர்களும் தீவிரமாக விசாரிக்கப்பட்டனர். சந்தேகப்படும் இடங்கள் அத்தனையும் சோதனையிடப்பட்டன.

ஆனாலும், எந்த முயற்சியும் பலனளிக்கவில்லை. மாயமாய் மறைந்து விட்டது மோனலிசா ஓவியம்!

•

மோனலிசா ஓவியம் திருடு போனது சில போலிகளுக்குச் சாதகமாக அமைந்துவிட்டது.

புகழ்பெற்ற ஓவியர்களின் ஓவியங்களை அச்சு அசலாக நகலெடுத்துச் சுற்றுலாப் பயணிகளிடம் ஒரிஜினல் ஓவியமென்று விற்பனை செய்தனர் பாரிஸ் நகர ஓவியர்கள்.

மோனலிசா ஓவியத்தையும் இப்படித் தயாரித்து, அசல் ஓவியமெனத் திருட்டுத்தனமாக விற்க முற்பட்டனர். இப்படிப்பட்ட ஆறு பேரைப் போலி ஓவியங்களுடன் காவல்துறையினர் பிடித்தனர்.

•

இவ்வாறு நாடே பரபரப்பாக இருக்க... பலரின் தூக்கம் கெட, பலரின் வேலை பறிபோகக் காரணமான அந்த மோனலிசா ஓவியம், லூவர் மியூசியத்தில் இருந்து ஒரு மைல் தூரத்திலிருந்த ஒரு வீட்டின் அழுக்கு ட்ரங்க் பெட்டியில் தாறுமாறாகச் சுருட்டப்பட்டுப் பழைய தட்டுமுட்டுச் சாமான்களோடு வைக்கப்பட்டிருந்தது.

விலைமதிப்பில்லா அந்தக் கலைப் பொக்கிஷம் அங்கே இருக்கும் என்று, கனவில் கூட யாரும் நினைத்துப் பார்த்திருக்க மாட்டார்கள்.

அந்த வீட்டுக்கும், அழுக்கு டிரங்க் பெட்டிக்கும் சொந்தக்காரனான, இத்தாலியைச் சேர்ந்த, 29 வயது வின்சென் பெருகியா என்கிற, லூவர் மியூசியத்தின் தினக்கூலி கார்ப்பென்டர். அந்த நொடி எந்தக் கவலையும் இல்லாமல் கட்டிலில் நிம்மதியாகத் தூங்கிக் கொண்டிருந்தான்.

ஒரு பெருச்சாளி கட்டிலின் கீழ் சரசரவென ஓடிய சப்தத்தில் கண் விழித்த வின்சென் பெருகியா எழுந்ததும் ட்ரங்க் பெட்டியை நெருங்கித் திறந்தான். சுருட்டப்பட்டுக் கிடந்த மோனலிசா ஓவியத்தைத் தொட்டுப் பார்த்தான். பின், பெட்டியை மூடி வைத்துவிட்டுத் திரும்பவும் கட்டிலில் உட்கார்ந்துகொண்டான்.

நெடுநாள் கனவு! ஒரு வழியாகச் சாதித்து விட்டோம். மோனலிசா ஓவியத்தை அங்கிருந்து 'கிளப்ப' எத்தனை நாள் திட்டம் போட்டோம்? மோனலிசா ஓவியத்தைக் கிளப்பியதை மீண்டும் ஒருமுறை மனதில் ஓட விட்டான்.

1911ம் ஆண்டு ஆகஸ்ட் மாதம் 20ஆம் தேதி ஞாயிற்றுக்கிழமை.

கார்ப்பெண்டர் வேலைக்காக உள்ளே நுழைந்த வின்சென், மியூசியம் மூடப்படும் நேரம் நெருங்கியபோது, உள்புறமிருந்த ஓர் அறைக்குள் ஒளிந்துகொண்டான். மறுநாள் வார விடுமுறை என்பதால் மியூசியம் மூடப்பட்டிருக்கும். திருடு போகும் விஷயம் ஒருநாள் கழித்துத்தான் மற்றவர்களுக்குத் தெரிய வரும்.

மறுநாள் திங்கள்கிழமையன்று அறைக்குள்ளிருந்து வெளிவந்த பெருகியா, மெயின் ஸ்விட்சை அணைத்தான். பகல் என்பதால் ஓரளவு வெளிச்சம் இருந்தது. அதிகச் சிரமப்படாமல் சுவரில் மாட்டப் பட்டிருந்த மோனலிசா ஓவியத்தைக் கழற்றி, அதன் பிரேமை அகற்றி விட்டு, ஓவியத்தை மட்டும் சுருட்டியெடுத்துத் தன்னுடைய நீண்ட அங்கிக்குள் மறைத்து வைத்துக்கொண்டு ரகசிய வழியாக வெளியேறினான்.

மறுநாள் வழக்கமாக வேலைக்கு வருவதைப்போல வந்து, மியூசியத்தில் நடக்கும் கூத்துகளைத் தூரத்தில் இருந்து ரசித்துக் கொண்டிருந்தான். திடீரென்று வேலையை விட்டு நின்றால், சந்தேகம் வரும் என்பதால், சில நாட்கள் வேலைக்கு வந்தான். பின்னர் வேலைக்கு வராமல் நின்றுகொண்டான். தினக்கூலி என்பதால் அவன் வேலைக்கு வராதது யாருக்கும் முக்கியமாகப்படவில்லை.

16ஆம் நூற்றாண்டில் டாவின்சியால் வரையப்பட்ட, 30 அங்குல நீளமும் 21 அங்குல அகலமும் உள்ள மோனலிசா ஓவியம், அடுத்த இரண்டாண்டுகள்வரை, கார்ப்பெண்டரான வின்சென் பெருகியாவின் ட்ரங்க் பெட்டியிலேயே கிடந்தது.

●

இந்த இடைப்பட்ட காலத்தில், பல கூத்துகள் நடந்தன. அரசும், போலீசும் கிறுக்குப் பிடித்ததைப்போல, என்ன செய்வதென்று தெரியாமல் கண்டபடி நடந்துகொண்டன.

ஒரு பத்திரிகையில் வந்த கிசுகிசுவின் அடிப்படையில், ரோமில் பிறந்து பாரிசில் வசித்து வந்த கலியாவ் அப்போலினெய்ரே என்ற பிரபலக் கவிஞரைப் பிடித்துச் சிறையில் தள்ளியது போலீஸ்.

அவரிடம் நடத்திய விசாரணையில், அவரது நண்பரான பிரபல ஓவியர் பப்லோ பிகாசோவைச் சந்தேகப்படுவதாகக் கை காட்ட, அவரையும் பிடித்து உள்ளே போட்டது போலீஸ். மோனலிசா ஓவியத்தைத்தேடி அவரது வீட்டையும் சோதனையிட்டது.

இந்த இடத்தில் பிகாசோவைப் பற்றிச் சொல்லியே ஆக வேண்டும். மோனலிசா ஓவியத்தை வரைந்த டாவின்சி, எந்த அளவுக்குப் புகழ் பெற்றவரோ அதேபோல் புகழ் பெற்றவர் ஓவியர் பிகாசோ.

ஓவியம் மட்டுமல்லாது, கலைஞர், சிற்பி எனப் பல முகங்கள் இவருக்கு உண்டு.

அமைதிச் சின்னமாகப் புறாவையும் ஆலிவ் இலைகளையும் பிரபலப் படுத்தியவர் இவர். இவரது ஓவியங்கள் இன்று கோடிக்கணக்கான ரூபாய்க்கு விலை போகின்றன. இவர் வரைந்த, 'தி நியூடு கிரீன் லீவ்ஸ் அண்டு ஃபஸ்ட்' என்ற ஓவியம், 568 கோடிக்கு விலை போனது. இவர் தன் வாழ்நாளில் 5 ஆயிரத்துக்கும் மேற்பட்ட ஓவியங்களைப் படைத்திருக்கிறார்.

இதில் சுவாரசியமான விஷயம் என்னவென்றால், பிகாசோவின் ஓவியங்கள்தான் உலகிலேயே அதிகமாகத் திருடப்பட்டுள்ளன. இலண்டனில் உள்ள, 'தி ஆர்ட் லாஸ் ரிஜிஸ்டர்' என்ற நிறுவனம், உலகில் திருடப்படும் ஓவியங்கள், கலைப்பொருள்கள் சேகரிப்புகள் குறித்த புள்ளி விவரங்களை வெளியிட்டிருக்கிறது.

அதன் தகவலின்படி, பிகாசோவின் 600க்கும் மேற்பட்ட ஓவியங்கள் திருடப்பட்டுள்ளன. பின்னாளில், ஓவிய வரலாற்றிலேயே அதிகளவில் தன்னுடைய ஓவியங்களை இழந்துள்ளவர் என்ற பெயரைப் பெற்ற பிகாசோ, டாவின்சியின் மோனலிசா ஓவியத்தைத் திருடியிருக்கலாம் என்ற சந்தேகத்தின்பேரில் கைது செய்யப்பட்டது வேடிக்கையாக இருக்கிறது.

பிகாசோ கைதுக்குக் கடும் எதிர்ப்புக் கிளம்பியது. இதையடுத்து, கோர்ட்டின் உத்தரவின் பேரில் பிகாசோவும், அவரது நண்பர் கவிஞர் கலியாவ் அப்போலினெய்ரேவும் விடுவிக்கப்பட்டனர்.

மோனலிசா ஓவியம் காணாமல் போன பிறகும், ஓவியம் வைக்கப்பட்டிருந்த வெற்றிடத்தைப் பார்ப்பதற்கென்றே ஏராளமான மக்கள் லூவர் மியூசியத்துக்கு வந்தபடி இருந்தனர்.

•

மோனலிசா ஓவியம் தொலைந்து இரண்டாம் ஆண்டு நெருங்கிக் கொண்டிருந்த நிலையில், அந்த ஓவியத்தைப் பற்றி எந்தத் தகவலும் கிடைக்கவில்லை. ஆனால், துடிப்பான இளம் அதிகாரியான வின்சென்ட்டுக்கு மட்டும் இருப்புக்கொள்ளவில்லை.

பலத்த பாதுகாப்பில் இருக்கும் ஓவியமொன்று எப்படிச் சுவடு தெரியாமல் மறைந்திருக்க முடியும்?

குறைந்தபட்சம் அந்த ஓவியத்தை விற்கவாவது அந்தத் திருடன் வெளியே வந்துதானே ஆக வேண்டும்? சுமார் இரண்டாண்டுகள் ஆகப்போகும் நிலையில் அதைப் பற்றி எந்தத் தகவலும் இல்லையே?

புகழ் பெற்ற ஓவியர்களின் ஓவியங்களைத் திருட்டுத்தனமாக வாங்கப் பலர் இருக்கின்றனர். அவர்களிடம் போய்ச் சப்தமில்லாமல் முடங்கி விட்டதா இந்த ஓவியம்?

வின்சென்ட்டுக்கு ஓவியம் குறித்த யோசனை அவ்வப்போது வந்துகொண்டுதான் இருந்தது. எங்கோ தவறு நடந்திருக்கிறது. மியூசியத்துக்கு வெளியில் இருந்து உள்ளே வர வாய்ப்பில்லை. அப்படி இருக்கும்போது உள்ளே இருக்கும் மெயின் ஸ்விட்சை யார் அணைத்திருக்க முடியும்; உள்ளே இருப்பவரை தவிர?

அப்படியென்றால், உள்ளே யாராவது இருந்திருக்கலாமா? அப்படி இருந்திருந்தால் யார் அது?

இந்த எண்ணம் தோன்றியதும், மீண்டும் ஒருமுறை மியூசியத்தைப் பார்த்து வரலாம் என்று கிளம்பினான்.

‘சார்... ஒரு சந்தேகம். மியூசியத்துல வேலை செய்யிற ஆட்கள் எத்தனை மணிக்கு வர்றாங்க, எத்தனை மணிக்குப் போறாங்கன்னு ரெக்கார்டு மெயின்டெய்ன் பண்றீங்களா?’

‘ஆமா...’

‘அப்ப, மோனலிசா ஓவியம் திருடு போன நாளுக்கு முந்தைய நாள் யார் யார் வந்தாங்க... யார் யார் வெளிய போனாங்க அப்பிடீங்கிற விவரம் வேணும்.’

‘முந்தைய நாள் மியூசியத்துக்கு விடுமுறை. அதுக்கு முந்தைய நாள் லிஸ்ட் இருக்கு. இப்ப தரச் சொல்றேன் சார்.’

‘அப்புறம்... உள்ளேயிருந்து வெளியே போக, மெயின் வழியைத் தவிர, வேறு ஏதாவது வழி இருக்கா?’

‘இருக்கு சார்! எமர்ஜென்சி வழி அது. பின்பக்கம் இருக்கு. அந்தக் கதவை உள்ளேயிருந்து மட்டும்தான் திறக்க முடியும். வெளியில் இருந்து திறக்க முடியாது.’

வின்சென்ட் முகத்தில் பிரகாசம் தோன்றியது.

சிறிது நேரத்தில் வின்சென்ட் கேட்ட விவரங்கள் வந்தன.

விடுமுறை நாளுக்கு முந்தைய நாள், கார்ப்பென்டர் வேலைக்கு வந்த வின்சென் பெருகியா மட்டும் காலையில் வேலைக்கு வரும்போது கையெழுத்துப் போட்டிருக்கிறான். ஆனால் வேலை முடிந்து வீட்டுக்குப் போகும்போது அவன் கையெழுத்திடவில்லை.

‘சார்... சம்பவத்துக்குப் பிறகு கொஞ்ச நாள் அவன் வேலைக்கு வந்தான். பிறகு சொல்லாமல் கொள்ளாமல் நின்று விட்டான். வரவேயில்லை.’ என்று கூடுதல் தகவலைக் கொடுத்தார் இயக்குநர்.

‘எவ்வளவு முக்கியமான விஷயத்தை இரண்டு வருடங்களாகக் கவனிக்காமல் இருந்திருக்கிறோமே...’ என்று தன்னை நொந்துகொண்ட வின்சென்ட், அவனைப் பற்றிய முழு விவரத்தையும் அவனுடைய வீட்டு முகவரியையும் குறித்துக்கொண்டான். ‘நான் சொல்லும்வரை இந்த விஷயத்தை யாரிடமும் சொல்லாதீங்க...’ என்று சொல்லிக்கொண்டே வெளியே ஓடினான் வின்சென்ட்.

‘இவனை மட்டும் மடக்கிவிட்டால், ஒரே நாளில் நான் ஹீரோவாகி விடுவேன்...’ இந்த எண்ணம் அவனைப் பரபரப்பாக இயங்க வைத்தது.

1913ம் ஆண்டு டிசம்பர் 10ஆம் தேதி.

வின்சென் பெருகியாவின் வீட்டை வின்சென்ட்டின் படை சுற்றி வளைத்தபோது அந்த வீட்டில் ஈ காக்கா கூட இல்லை. பட்சி, தன் சொந்த நாடான இத்தாலிக்குப் பறந்து போய்விட்டிருந்தது; கூடவே மோனலிசா ஓவியமும்.

•

மோனலிசா ஓவியத்தை இரண்டாண்டுகள் மறைத்து வைத்தது போதும், இனி வெளியே எடுத்து விற்கலாம் என்று

முடிவெடுத்துத்தான் இத்தாலிக்குக் கிளம்பினான் வின்சென் பெருகியா. மற்றபடி போலீஸ் தன்னை மோப்பம் பிடித்துவிட்ட விஷயமெல்லாம் அவனுக்குத் தெரியாது.

போலீசார் அவன் வீட்டுக்குள் புகுந்த நேரத்தில், அதாவது 1913ம் ஆண்டு டிசம்பர் 13ஆம் தேதி இத்தாலியின் ஃப்ளாரன்ஸ் நகரில், திரிபோலி என்ற சுமாரான ஓட்டலில் தங்கியிருந்தான் பெருகியா.

'இன்னும் சில நாட்கள்தான். ஓவியத்தை விற்றவுடன் கிடைக்கும் பணத்தைக் கொண்டு ராஜ வாழ்க்கை வாழலாம்' என்ற எண்ணமே அவனை உற்சாகப்படுத்தியது.

அவன் ஃப்ளாரன்ஸ் நகருக்கு வந்ததற்குக் காரணம் இருக்கிறது. அங்கு பழங்காலக் கலைப் பொருள்களை விற்பனை செய்யும் ஆல்பர்ட் கெரியை அவனுக்கு ஓரளவுக்குத் தெரியும். அவர் மூலம் யாரிடமாவது நல்ல விலைக்குத் தள்ளிவிடலாம் என்று நினைத்துக் கெரியைச் சந்தித்தான்.

'பாரிசில் உள்ள லூவர் மியூசியத்தில் காணாமல் போன மோனலிசா ஓவியம் என்னிடம்தான் இருக்கிறது. வாங்கிக்கொள்கிறாயா?' என்றான்.

கெரிக்குச் சலிப்புத் தட்டியது. இதுபோல நிறையக் கதைகளைக் கேட்டிருக்கிறார். போலிகளை வைத்துக் கண்ணாமூச்சிக் காட்டுவார்கள். இருந்தாலும், 'எவ்வளவு எதிர்பார்க்கிறாய்?' என்றார்.

'ஐந்து லட்சம் லியார் (இத்தாலிப் பணம்) கொடுத்தால் தரத் தயார்!...'

'ரொம்ப அதிகம்! அதுவும் திருட்டுப் பொருளுக்கு இது ரொம்பவும் அதிகம்!! ஒரு லட்சம் லியார் தருகிறேன்!'

'முடியவே முடியாது. ஐந்து லட்சம் லியார் கொடுத்தால் கொடு. இல்லையென்றால் பழையபடி அந்த ஓவியத்தை மியூசியத்துக்கே கொடுத்து விடுகிறேன்.'

நீண்ட நேர பேரத்துக்குப் பிறகு, இரண்டு லட்சம் லியாருக்கு அதைத் தரச் சம்மதித்தான் பெருகியா. அடிமாட்டு விலைதான். ஆனால், வேறு வழியில்லை. இந்த ஓவியத்தை வைத்துக்கொண்டிருப்பது வயிற்றில் நெருப்பைக் கட்டிக்கொண்டிருப்பதற்குச் சமம். வந்த விலைக்குத் தள்ளி விடுவதே உத்தமம்.

அந்த ஓவியம் ஒரிஜினல்தான் என்பதைத் தெரிந்துகொண்ட பிறகே பணம் தருவதாகக் கெரி சொல்ல, பெருகியா சம்மதித்தான்.

அந்த ஓவியத்தைப் பரிசோதிக்கத் தன்னுடைய நண்பரும், உஃபிஸி காலரி என்ற பழம்பொருள் விற்பனை நிலையத்தின் இயக்குநருமான

கியோலன் போகியுடன், பெருகியா தங்கியிருந்த அறைக்குச் சென்றார் கெரி.

பெருகியா அவனது ட்ரங்க் பெட்டியைத் திறந்தபோது, பழைய ஷூக்கள், அன்டர்வேர், சட்டைகளின் நடுவே சிவப்புத் துணியில் சுருட்டி வைக்கப்பட்டிருந்த மோனலிசா ஓவியத்தைப் பார்த்தபோது, அதை ஆராய வந்த இருவருக்குமே நம்பிக்கையில்லை.

அந்த ஓவியத்தைக் கையில் எடுத்தபோது, ஓவியத்தின் பின்புறம் லூவர் மியூசிய அதிகாரிகளின் கையெழுத்தும் முத்திரையும் இருந்தன. கெரியும் அவரது நண்பரும் ஆச்சரியத்தில் பிளந்த வாயை ரொம்ப நேரம் மூடவே இல்லை.

பணம் கொண்டு வருவதாகப் பெருகியாவிடம் உறுதியளித்துவிட்டு வெளியே வந்த கெரியிடம், 'அந்த ஓவியத்தை வாங்கப் போகிறாயா?' என்று கேட்டார் அவரது நண்பர் போகி.

'ஆமாம்... ஏன் கேட்கிறீர்கள்?'

'வாங்க வேண்டாம். வீண் ரிஸ்க். அது சாதாரண ஓவியம் இல்லை. உலகப் புகழ் பெற்றது. ஈஸியாக மாட்டிக்கொள்வோம்.'

'என்ன செய்யலாம் என்று நினைக்கிறீர்கள்?'

'அதை நான் முடிவு செய்துவிட்டேன்...' என்று சொன்ன போகி, போலீசுக்குத் தகவல் கொடுத்து விட்டார்.

ஃப்ளாரன்ஸ் நகரத் தலைமை போலீஸ் அதிகாரி மற்றும் துப்பறியும் நிபுணர்கள் ஓட்டலில் குவிந்தனர். பெருகியாவை மடக்கி, ஓவியத்தையும் கைப்பற்றினர்.

இத்தாலியே பரபரப்பானது. உலகப் புகழ் பெற்ற ஓவியத்தைக் காணும் ஆவலில் தலைமை போலீஸ் அதிகாரியின் அலுவலகத்தை மக்கள் முற்றுகையிட்டனர். மக்களின் ஆர்வத்தைப் புரிந்துகொண்ட அந்த அதிகாரி, அரசின் அனுமதியைப் பெற்று, அந்த ஓவியத்தைப் பலத்த பாதுகாப்பு ஏற்பாடுகளோடு, மக்களின் பார்வைக்கு வைத்தார்.

அந்த ஓவியம் அங்குப் பார்வைக்கு வைக்கப்பட்ட இரண்டு மாதத்தில் லட்சக்கணக்கான இத்தாலி மக்கள் அதைப் பார்வையிட்டுச் சென்றனர். பின்னர், அந்த ஓவியத்தை மீண்டும் பாரிஸ் நகர லூவர் மியூசியத்துக்கே அனுப்பினர். ஓவியத்தை மட்டும் தான் அனுப்பினர். அதைத் திருடிய பெருகியாவை, ஃப்ளாரன்ஸ் நகரச் சிறையிலேயே வைத்துக் கொண்டனர்.

இரண்டு ஆண்டுகளாக ஓட்டை ட்ரங்க் பெட்டியில் முடங்கிக் கிடந்த மோனலிசா, மீண்டும் ஜெகஜோதியாக 1914ம் ஆண்டு ஜனவரி 14ஆம் தேதி லூவர் மியூசியத்தை அலங்கரிக்கத் தொடங்கினாள். களையிழந்திருந்த லூவர் மியூசியம் மீண்டும் களைகட்டத் தொடங்கியது.

1914 ம் ஆண்டு ஜூன் 4ஆம் தேதி ஃப்ளாரன்ஸ் நகர நீதிமன்றத்தில் பெருகியாமீது விசாரணை தொடங்கியது. அந்தக் காட்சியைக் காண, ஆயிரக்கணக்கான மக்கள் நீதிமன்றத்தின் உள்ளேயும் வெளியேயும் கூடியிருந்தனர்.

விசாரணையின்போது நடந்தது அந்தப் பேரதிசயம். குற்றவாளியாகத் தலைகுனிந்து நிற்க வேண்டிய பெருகியா, பராசக்தி படத்தில் நீதிமன்றக் கூண்டில் இருந்து சிவாஜி வசனம் பேசுவதைப்போல வசனம் பேசினான். அவன் பேச்சைக் கேட்டு கோர்ட்டில் இருந்தவர்கள் மட்டுமல்ல, நீதிபதியே வாயடைத்துப் போய் விட்டார்.

ஏனென்றால், மோனலிசா ஓவியத்தைத் திருடியதற்காகப் பெருகியா சொன்ன காரணம் அப்படி. தனக்காக வழக்கறிஞரை வைத்திருந்தாலும், தானே வாதாடினான். அவன் பேச்சின் சாராம்சம் இதுதான்:

'மோனலிசா ஓவியம் இத்தாலியரான லியனார்டோ டாவின்சி வரைந்தது. நம் நாட்டைச் சேர்ந்த ஓவியர் வரைந்த ஓவியம் நம் நாட்டில்தான் இருக்க வேண்டும். வேறு ஒரு நாட்டில் இருக்கக்கூடாது. அதற்காகத்தான் அதைத் திருடிக்கொண்டு இத்தாலிக்கு வந்தேன். பணத்துக்காகத் திருடவில்லை.

என் நாட்டின் ஓவியம் இன்னொரு நாட்டின் மியூசியத்தில் அடிமையைப்போல இருக்கக்கூடாது. என் நாட்டுக் கலைஞன் மட்டுமல்ல, அவனது கலைப் படைப்புகளும் சிறையிருக்கக்கூடாது. என் நாட்டுப்பற்றைப் பாராட்ட வேண்டுமே தவிர, இகழக்கூடாது.'

உணர்ச்சிவசப்பட்டுக் கண்ணீரோடு பெருகியா பேசியதைக் கேட்ட மக்கள், அவனை வாழ்த்திக் கோஷம் போட்டனர்.

கோர்ட்டில் நடந்த விஷயம் இத்தாலி முழுவதும் பரவியது. மக்கள் மத்தியில் ஒரு ஹீரோவாக மாறிப்போனான் பெருகியா. அவனை விடுதலை செய்யச் சொல்லிப் போராட்டங்கள் நடந்தன.

ஏராளமான இளம் பெண்கள் அவனை மானசீகக் காதலனாக வரித்துக் கொண்டனர். அவன் விசாரணைக் கைதியாகச் சிறைக்குள் இருந்தபோதே அவனுக்கு ஏராளமான காதல் கடிதங்கள் வந்து குவிந்தன.

அவனை மகனாக, சகோதரனாக நினைத்த இத்தாலிய பெண்கள், அவனுக்கு மது வகைகளையும் ஸ்பெஷலாகத் தயாரிக்கப்பட்ட கேக் வகைகளையும் அனுப்பி வைத்தனர்.

பெருகியாவின் பேச்சுகள் சில சமயம் கோர்வையாகவும், சில சமயங்கள் முன்னுக்குப் பின் முரணாகவும் இருந்தன. தனக்காக வாதாடிய வக்கீலையே குறுக்கு விசாரணை செய்தான். இதைப் பார்த்த நீதிபதி, அவனை மனோதத்துவ நிபுணரிடம் பரிசோதனைக்காக அனுப்பினார். மருத்துவ அறிக்கையில் அவனைக் 'குறைபாடுள்ள புத்திசாலி' என டாக்டர் குறிப்பிட்டிருந்தார். மக்களுக்கு அவன் மீதிருந்த அபிமானம் காரணமாகவும், டாக்டர்கள் அவனை மனநலக் குறைபாடு உள்ளவன் என்று கூறியதாலும் அவன் விடுதலை செய்யப் படுவான் என்று எதிர்பார்க்கப்பட்டது.

ஆனால், பெருகியா அந்த ஓவியத்தை விற்க முயற்சி செய்ததைக் கெரியும் அவரது நண்பர் போகியும் அளித்த வாக்குமூலங்கள் நிரூபித்தன. இருந்தாலும், பெருகியாவுக்குச் சாதாரணச் சிறைத் தண்டனையை அளித்தார் நீதிபதி.

சிறையில் இருந்து விரைவில் விடுதலையும் அடைந்த பெருகியா ராணுவத்தில் சேர முயன்றான். அவன் மனநலக் குறைபாடு உள்ளவன் என்று டாக்டர் சான்றிதழ் வழங்கி இருந்ததால், அவன் ராணுவத்தில் சேர முடியவில்லை.

ஆனால், பெருகியா விடா முயற்சியுடன் போராடினான். தனக்கு எந்தப் பிரச்னையும் இல்லை என்று வேறு ஒரு மனநல டாக்டரிடம் சான்றிதழைப் பெற்று ராணுவத்தில் சேர்ந்தான்.

அவன் ராணுவத்தில் சேர்ந்த கொஞ்ச காலத்திலேயே முதலாம் உலகப் போர் நடந்தது. அந்தப் போரில் பங்கெடுத்துவிட்டுத் திரும்பிய பெருகியா திருமணம் செய்துகொண்டான்.

கொஞ்ச நாள் கழித்து மனைவியுடன் பிரான்ஸ் நாட்டுக்கே சென்று பெயின்ட் கடையைத் திறந்து வியாபாரம் செய்தான். **1925**ம் ஆண்டு அக்டோபர் **5**ஆம் தேதி இந்த 'மேனாலிசா' திருடன் தனது **44**ஆவது வயதில் இறந்து போனான்.

இந்த உலகத்தைப் பொறுத்தவரை அவன் திருடனாக இருந்தாலும், இத்தாலியைப் பொறுத்தவரை, அவன் தேச பக்தியுள்ள ஒரு ஹீரோதான். அவனைக் கௌரவிக்கும் வகையில், **2011**ம் ஆண்டு ஆகஸ்ட் மாதம் இத்தாலியில் நடந்த நாடக விழாவில் இடம்பெற்ற 'தி டிரெயல் ஆஃப் வின்டென் பெருகியா' என்ற நாடகத்தில், அவனை ஒரு தேச பக்தியாளனாகச் சித்திரித்திருந்தனர்.

எல்லாம் நேரம் தான்!

●●●

8

ஏலியன் போஸ்ட்மார்ட்டமும், டாக்குமென்ட்ரி மர்மமும்!

சாண்ட்லியின் சஸ்பென்ஸ்

ரே சாண்ட்லி...

ஒரு மனிதனின் உயர்வும் தாழ்வும் என்றுமே நிலையானவையல்ல என்பதற்குச் சிறந்த உதாரணம். அதுவும் ஒரே நாளில் புகழின் உச்சிக்குப் போனவர்கள் எப்போது வேண்டுமானாலும் கீழே வரத் தயாராக இருக்க வேண்டும் என்பதற்கு அடையாளம்தான் ரே சாண்ட்லி. சுருக்கமாக ரே.

யார் இந்த ரே சாண்ட்லி?

1995ம் ஆண்டு.

வேற்றுக்கிரக மனிதர்கள் (?!) பற்றிய ஆராய்ச்சி உச்சத்தில் இருந்த நேரம். உலக நாடுகள் போட்டிப் போட்டுக்கொண்டு வேற்றுக்கிரக உயிரினங்களைப் பற்றிய ஆராய்ச்சிக்காகப் பணத்தைக் கொட்டிக் கொடுத்தன. விண்வெளி ஆராய்ச்சியாளர்கள் தங்கள் முழு நேரத்தையும் வேற்றுக்கிரகங்களைப் பற்றியும், அவற்றில் வாழ்வதாகக் கூறப்படும் உயிரினங்களைப் பற்றியும் தெரிந்துகொள்ள மும்முரமாக ஈடுபட்டு வந்தனர்.

முக்கியமாக, வல்லரசு நாடுகளான அமெரிக்காவும், ரஷ்யாவும் இதில் ஒரு மௌன யுத்தமே நடத்தின.

இதற்குக் காரணம் இருந்தது. அந்தக் காரணத்தைப் பின்னர் பார்ப்போம். இப்போது ரே சாண்ட்லி மேட்டருக்கு வருவோம்.

1995ம் ஆண்டு லண்டனில் உள்ள எல்லாப் பத்திரிகைகளுக்கும் ரே சாண்ட்லி என்பவரிடம் இருந்து ஒரு தகவல் வந்தது. இன்ன தேதியில், இத்தனை மணிக்கு, இன்ன ஓட்டலில் பத்திரிகையாளர்களைச் சந்திக்க இருப்பதாகவும், விஷயம் ரொம்பவும் முக்கியமானது மட்டுமல்ல, அதிசயமானதும்கூட என்று அந்தத் தகவலில் சொல்லப்பட்டிருந்தது.

இதுபோல நிறைய டுபாக்கூர் அழைப்புகளைக் கண்டிருந்த பத்திரிகையாளர்கள், அந்த அழைப்பைக் கண்டுகொள்ளாமல் விட்டுவிட்டனர். 'மனிதர் ரொம்ப முக்கியம், ரகசியம் என்கிறாரே, போய்தான் பார்ப்போமே' என்று, எந்த முக்கிய அசைன்மென்ட்டும் இல்லாத சில நாளிதழ்கள் மற்றும் டி.வி. நிருபர்களும், கேமராமேன்களும் மட்டும் அந்தப் பத்திரிகையாளர் சந்திப்பில் கலந்து கொண்டனர்.

வந்திருந்தவர்களை ரொம்பவும் ஆர்ப்பாட்டமாக வரவேற்ற ரே, ஒரு டாக்குமென்ட்ரி படத்தைப் போட்டுக் காட்டினார். அந்தப் படம் ஓடத் தொடங்கியதுமே சுவாரசியமில்லாமல் நாற்காலியில் இருந்த பத்திரிகையாளர்கள் நிமிர்ந்து உட்கார்ந்தனர்.

படம் ஓட ஓட அத்தனை பேர் கண்களிலும் பிரகாசம்; பரபரப்பு; பதட்டம். அவ்வளவுதான். அடுத்த சில நிமிடங்களில் பத்திரிகை, சேனல் அலுவலகங்களுக்கு போன்கள் பறந்தன. தீப்பற்றிக் கொண்டதைப் போல அங்கும் அந்தப் பரபரப்புத் தொற்றிக் கொண்டது.

அத்தனை பரபரப்புக்கும் காரணம் அந்த டாக்குமென்ட்ரி. உலகத்தையே கலக்கிய டாக்குமென்ட்ரி அது. ஒரே நாளில் புகழின் உச்சிக்குப் போய்விட்டார் ரே. அப்படி என்ன அந்த டாக்குமென்ட்ரி படத்தில் இருக்கிறது என்கிறீர்களா?

17 நிமிடங்கள் ஓடிய கறுப்பு வெள்ளை டாக்குமென்ட்ரி அது. 1947ம் ஆண்டு ஜூன் 2ஆம் தேதி நியூ மெக்ஸிகோவில் ரோஸ்வெல் என்னும் இடத்தில் உடைந்து விழுந்த, பறக்கும் தட்டில் இருந்து கிடைத்த சில ஏலியன்களின் போஸ்ட்மார்ட்டக் காட்சிகள்தான் அந்த டாக்குமென்ட்ரியில் இருந்தன.

ரே சாண்ட்லி சொன்னபடி, ரோஸ்வெல் என்ற இடத்தில் பறக்கும் தட்டு உடைந்து விழுந்த சம்பவம், இந்த உலகமே அறிந்தது என்பதால், அவர் சொன்னதில் ஆராய்ச்சியாளர்களுக்குக் கொஞ்சம்கூடச் சந்தேகமே எழவில்லை.

உலகமே 'ரே'யைத் தூக்கி வைத்துக் கொண்டாடியது. அவருடன் ஒரு வார்த்தை பேசவும், ஆட்டோகிராப் வாங்கவும் இளவட்டங்கள் முண்டியடித்தனர். அவருக்கு கட்அவுட் வைத்துப் பால் அபிஷேகம் செய்யாதது தான் பாக்கி.

பிரபுக்களும், கோடீஸ்வரர்களும் அவரை விருந்துக்கு அழைத்துத் தங்களைப் பெருமைப்படுத்திக்கொள்ள நினைத்தனர்.

வேற்றுக்கிரகங்களைப் பற்றி ஆராய்பவர்கள் அவரை மொய்த்துக் கொண்டு, கேள்வி மேல் கேள்வி கேட்டு அவரைத் திணறடித்துக் கொண்டிருந்தார்கள்.

இந்த டாக்குமென்ட்ரி எங்கு கிடைத்தது? எப்போது கிடைத்தது? யார் மூலம் கிடைத்தது? இத்தனை காலம் அந்த டாக்குமென்ட்ரி எங்கே இருந்தது?' என அவர்களின் எல்லாக் கேள்விகளுக்கும் புன்னகையுடன் பதில் சொல்லிக் கொண்டிருந்தார் ரே.

பல நாடுகள் தங்கள் நாட்டு ஆராய்ச்சியாளர்களின் கூட்டத்தில் அந்த டாக்குமென்ட்ரியைப் போட்டுக் காட்ட அழைப்புகளை விடுத்தன. இப்படியே கிட்டத்தட்ட 30 நாடுகளுக்கு மேல் பயணம் செய்து எல்லோருக்கும் அந்த டாக்குமென்ட்ரியைப் போட்டுக் காட்டினார் ரே சாண்ட்லி.

ஒவ்வொரு நாட்டிலும் 'ரே'வுக்கு ராஜ மரியாதைதான்.

வேற்றுக்கிரக உயிரினங்களைப் பற்றிய ஆராய்ச்சியில் உலக நாடுகள் தீவிரமாக இருந்த நேரத்தில், ரே சாண்ட்லி வெளியிட்ட 'ஏலியன்களின் பிரேதப் பரிசோதனை' டாக்குமென்ட்ரி, ஆராய்ச்சியாளர்களின் மத்தியில் எந்த மாதிரியான தாக்கத்தை ஏற்படுத்தியிருக்கும் என்பது உங்களுக்குப் புரிந்திருக்கும்.

அதனால் தான் 'ரே'வுக்கு இத்தனை மாலை மரியாதைகளும் பாராட்டுகளும்.

வேற்றுக்கிரக உயிரினங்களைப் பற்றிய விஷயத்தில் உலக நாடுகள் அதிக அக்கறை செலுத்துவதைப் பற்றிப் பின்னர் பார்க்கலாம் என்று சொல்லியிருந்தேன். இப்போது அதைப் பார்ப்போம்!

பூமியைத் தவிர்த்து வேற்றுக் கிரகங்களிலும் உயிரினங்கள் இருக்கின்றன என்ற கருத்து, பண்டைக்கால மனிதர்களில் தொடங்கி, நவீன விஞ்ஞானிகள்வரை இருக்கிறது.

ஆதிகாலத்து அறிவுஜீவிகள் மாயன்களின் தெய்வங்கள், வேற்றுக் கிரகத்தைச் சேர்ந்தவர்களைப்போலத் தோற்றம் கொண்டவர்கள் என்று வரலாறு சொல்கிறது.

கிரேக்கர்கள் காலத்தில்கூட, வானில் வித்தியாசமான, வட்ட வடிவமான உலோகப் பறவையொன்று பறந்து சென்றதாகவும் குறிப்பு களை எழுதி வைத்திருக்கிறார்கள்.

பல நூற்றாண்டுகளுக்கு முன்பிருந்தே பறக்கும் தட்டுகளைப் பற்றியும், ஏலியன்களைப் பற்றியும் பேசி வந்திருக்கிறார்கள்.

1600 களில் இத்தாலி நாட்டின் ரோம் நகரில், கியோர்டனோ ப்ருனோ என்கிற கிறிஸ்தவப் பாதிரியார், 'விண்வெளியில் நம்முடைய பூமியைப்போலப் பல கிரகங்கள் இருக்கலாம். அவற்றில் மனிதர் களைப் போலவோ, நம்மைவிட அறிவில் உயர்ந்த வேறு உயிரினங்களோ வாழச் சாத்தியங்கள் உள்ளன' என்று கூறினார்.

கடவுளுக்கும் மதத்துக்கும் எதிராகப் பேசுகிறார் என்று சொல்லி மதவாதிகள் அவரை உயிரோடு எரித்துக் கொன்றனர்.

19ஆம் நூற்றாண்டில் ஜூல்ஸ் வெர்ன், ஏ.ஏ.வெல்ஸ் போன்ற பிரபல நாவலாசிரியர்கள், வேற்றுக்கிரக உயிரினங்களை மையமாகக்கொண்டு பல நாவல்களை எழுதி, ஏலியன்களைப் பற்றிய ஆர்வத்தைத் தூண்டி விட்டனர்.

1900ம் ஆண்டில் பிரெஞ்சு நாட்டு அமைப்பு ஒன்று, வேற்றுக்கிரக வாசிகளுடன் தொடர்பு கொள்பவருக்குக் கோடிக்கணக்கில் தருவதாக அறிவித்தார்கள். ஏலியன்களோடு தொடர்பு கொண்டதை எப்படித் தெரிவிப்பார் என்பது அவர்களுக்கே வெளிச்சம்.

'இந்தப் பிரபஞ்சத்தில் வேறு உயிரினங்களும் இருக்கும்' என்று பிரபல விஞ்ஞானியான ஸ்டீவன் ஹாக்கிங்கும் சொல்லியிருக்கிறார். அறிவியல்பூர்வமாக நிரூபிக்காதவரையில் எதுவும் உண்மை இல்லை யென்று சர்வதேச விஞ்ஞானிகள் வெளித்தோற்றத்துக்கு ஒதுங்கிக் கொண்டாலும், வேற்றுக்கிரக மனிதர்களைப் பற்றிய சந்தேக ஆராய்ச்சி மட்டும் நிற்கவில்லை.

கண்ணுக்குத் தெரியாத சிறு பூமி என்னும் கோளில் மனிதன் வாழும் போது, இந்தப் பிரபஞ்சத்தில் நம்மைப் போல் அல்லது நம்மைவிட அதிகமான அறிவைக்கொண்ட ஏலியன்கள் வாழ்வது சாத்தியமே என்பது பலரின் வாதம்.

கடந்த நூற்றாண்டின் தொடக்கத்தில் வேற்றுக்கிரக உயிரினங்கள் இருக்கின்றன, இல்லை என்ற விவாதங்கள் இறக்கை கட்டிப் பறந்தன. இப்போதும் பறந்துகொண்டிருக்கின்றன. அந்தக் காலக்கட்டத்தில் இந்த வாதங்கள் அதிகமாக இருந்தன.

அதற்கேற்றவாறு வானில் நள்ளிரவில் பறந்து சென்ற அதிசயப் பொருள் களைப் பற்றி அடிக்கடி தகவல்கள் வந்து கொண்டுதான் இருந்தன.

விஞ்ஞானிகளில் ஒரு சிலரோ, 'அவை பறக்கும் தட்டுகள் இல்லை... செயலிழந்த விண்கலன்களாகவோ ஏதேனும் எரி நட்சத்திரமாகவோ விண்கற்களாகவோ இருக்கும். அவை கீழ் நோக்கி வரும்போது பூமியின் ஆகர்ஷண சக்தியால் ஈர்க்கப்பட்டு அவ்வாறு தோற்றம் தரக்கூடும்!' என்று கூறினர்.

'ஏலியன்' என அழைக்கப்படும் வேற்றுக்கிரகவாசிகள் பூமிக்கு வந்து நடமாடும் தகவல்கள், 1930 - 40களில் அதிகரித்தன. நிறையப் பேர் பறக்கும் தட்டைப் பார்த்தேன், ஏலியன்களைப் பார்த்தேன் என்று சொல்லிப் பரபரப்பை ஏற்படுத்தினார்கள்.

என்ன இது? ரே சாண்ட்லியைப் பற்றிச் சொல்வதாகச் சொல்லிவிட்டுப் பறக்கும் தட்டுகளையும் ஏலியன்களையும் பற்றி பாரா பாராவாக விவரித்துக்கொண்டிருக்கிறார்களே என்று தோன்றுகிறது இல்லையா? காரணம் இருக்கிறது!

இந்த விவகாரங்களில் சம்பந்தப்பட்ட சில 'முன்னோட்ட' விஷயங் களைத் தெரிந்துகொண்டால்தான், ரே சாண்ட்லியையும், அவரின் 'ஏலியன் பிரேதப் பரிசோதனை' டாக்குமென்ட்ரியைப் பற்றியும் புரிந்துகொள்ள முடியும்.

ரே சாண்ட்லி உலகப்புகழ் பெறக் காரணமான டாக்குமென்ட்ரியில், 1947ம் ஆண்டு ஜூன் 2 ஆம் தேதி நியூ மெக்ஸிகோவில் ரோஸ்வெல் என்னும் இடத்தில் உடைந்து விழுந்த பறக்கும் தட்டில் இருந்து கிடைத்த, சில ஏலியன்களின் போஸ்ட்மார்ட்டக் காட்சிகள் இருந்தன என்று பார்த்தோம் அல்லவா?

அந்தப் பறக்கும் தட்டும், ஏலியன்களும் பூமிக்கு வந்த கதையையும், அதன் பின்னணியில் நடந்த மர்மங்களையும், இன்னமும் அவிழாத சில மர்ம முடிச்சுகளையும் இனி விலாவாரியாகப் பார்ப்போம்.

•

1947ம் ஆண்டு ஜூன் 2ஆம் தேதி.

அமெரிக்காவில் நியூ மெக்சிகோ மாநிலத்தில் ராஸ்வெல் என்ற ஊரைச் சேர்ந்த மாக் ப்ரேஸல் என்ற பண்ணையார் தன் வீட்டின் மாடியில் இருந்து கண்ணுக்கெட்டிய தூரம் வரை இருந்த தன் பண்ணையைப் பெருமையுடன் பார்த்துக்கொண்டிருந்தார்.

எட்டாயிரம் ஹெக்டர் பரப்பளவுள்ள பண்ணைக்குச் சொந்தக்காரர் என்றால் பெருமை இருக்காதா என்ன?

கடந்த இரண்டு நாட்களாக அந்தப் பகுதியைப் புயல் தாக்கி இருந்ததால், கனமழை பெய்து கொண்டிருந்தது. மாலை

நேரத்திலேயே மின்னலும், இடியும் வானில் ஜாலவித்தையைக் காட்டிக் கொண்டிருந்தன.

கொஞ்ச நேரம் அங்கேயே நின்றுகொண்டிருந்த பண்ணையார் இருட்டத் தொடங்கியதும், மாடியில் இருந்து இறங்கி வீட்டுக்குள் நுழைந்தார். கொஞ்ச நேரத்தில் குறட்டை விட்டுத் தூங்கத் தொடங்கி விட்டார்.

நடுராத்திரியில் திடீரென்று பெருத்த வெடிச்சத்தத்தைக் கேட்டு அலறியடித்து எழுந்த மாக் ப்ரேஸல், மாடிக்கு வேகமாகச் சென்று பார்த்தபோது, வானம் பொத்துக்கொண்டு கொட்டியதில் கண்ணுக் கெட்டிய தூரம் வரை எதுவும் தெரியவில்லை.

விடிந்ததும் முதல்வேலையாக, நடுராத்திரியில் என்ன நடந்தது என்பதை அறியத் தன் பிரியமான குதிரையின் மீதேறிச் சப்தம் வந்த திசையை நோக்கிக் குதிரையை விரட்டினார்.

அவர் வீட்டிலிருந்து இரண்டுமணிநேரப் பயணத்தில், வித்தியாசமான விமானம் மாதிரியான ஊர்தியொன்று துண்டு துண்டாக உடைந்த நிலையில் விழுந்து கிடந்தது. வானிலை ஆராய்ச்சிக்காகப் பறக்க விடப்படும் பலூன்கள் அவரின் பண்ணையில் பலமுறை விழுந்துள்ளன. ஆனால், இந்த ஊர்தியைப் போல அவை இல்லை. நிறைய வித்தியாசங்கள் இருந்தன.

இது எந்த உலோகத்தால் செய்யப்பட்டது என்பதை அவரால் கண்டுபிடிக்க முடியவில்லை.

என்ன செய்வதென்று யோசித்த மாக், அங்கே விழுந்து கிடந்த எல்லா வற்றையும் எடுத்துக்கொண்டு, தன் நண்பரும், பக்கத்துப் பண்ணைக்கு உரிமையாளருமான லொரெட்டா ப்ராக்டர் என்பவரின் வீட்டுக்குப் போனார்.

‘என்னப்பா மாக்... பார்த்து ரொம்ப நாளாச்சி. பக்கத்துலதான் இருக்கே... ஆனா வரவே மாட்டேங்கிற!’

‘இந்தப் பண்ணையாள்களை கட்டி மேய்க்கவே நேரம் சரியா இருக்கு. சரி, இப்ப நான் வந்த விஷயமே வேற...’ என்று சொன்ன மாக், தான் கொண்டுவந்த பொருள்களை அவர் முன் வைத்து நடந்த விஷயங்களைச் சொன்னார். லொரெட்டாவால் அதை என்னவென்று கண்டுபிடிக்க முடியவில்லை.

கொஞ்ச நேரம் யோசித்த அவர், ‘எனக்கென்னவோ இது வேற மாதிரியான சங்கதியா இருக்குமோன்னு தோணுது. உனக்கு ஞாபகம் இருக்கா? கொஞ்ச நாளைக்கு முன்ன, கென்னெத் ஆர்னால்ட்ங்கிற

தொழிலதிபர் பறக்கும் தட்டைப் பார்த்ததா சொன்னாரே? பேப்பர்ல கூட வந்துச்சே? அதுமாதிரி ஏதாவது இருக்குமோ?'

'பறக்கும் தட்டா? அந்த விஷயம் எனக்குத் தெரியாதே?'

'கொஞ்ச நாளைக்கு முன்னாடி, அந்தத் தொழிலதிபர் தன்னோட விமானத்துல வாஷிங்டன்கிட்ட பறந்துக்கிட்டு இருக்கும்போது, நல்ல வெளிச்சமா பெரிசா ஒன்பது தட்டுகள் மாதிரியான ஊர்திகள் பறந்ததைப் பார்த்திருக்கிறார். அவை கிட்டத்தட்ட விமானத்த விட நாலு மடங்கு வேகமா பறந்ததையும் பார்த்தாராம். அதை அவருக்குத் தெரிஞ்ச பத்திரிகைக்காரங்ககிட்ட சொல்லப்போக, அவங்க பெரிய செய்தியா போட்டுட்டாங்க! இதப் படிச்ச நிறையப் பேரு, நாங்களும் பறக்கும் தட்டைப் பார்த்தோம்ன்னு சொல்ல ஆரம்பிச்சிட்டாங்க. ஒருவேளை அவங்கெல்லாம் சொல்றது மாதிரி இதுவும் ஒரு பறக்கும் தட்டா இருந்து, விபத்துல சிக்கித் துண்டு துண்டா உடைஞ்சு போயிருக்கலாம். நமக்கு எதுக்கு வம்பு? நீ அரசாங்க அதிகாரிங்களை சந்திச்சி, நடந்ததைச் சொல்லி, இந்தப் பொருள்களை எல்லாம் அவங்ககிட்ட ஒப்படைச்சுடு. அதான் நல்லது!'

லொரெட்டா சொல்வதுதான் சரியென்று நினைத்த மாக், மறுநாள் அந்தப் பொருள்களை எடுத்துக்கொண்டு ராஸ்வெல் நகரத்துக்குச் சென்றார்.

ராஸ்வெல் நகரத்தின் செரீப் ஜார்ஜ் ஏ வில்காக்ஸைச் சந்தித்து நடந்ததைச் சொன்னதோடு, தான் கொண்டு வந்த பொருள்களையும் காட்டினார். அவருக்கும் அந்தப் பொருள்கள் வித்தியாசமாகப்படவே, மாக்கை அழைத்துக்கொண்டு, அந்த நகரில் இருக்கும் விமானப்படை உயரதிகாரியான கர்னல் வில்லியம் ப்ளான்கர்ட் என்பவரைச் சந்தித்து விஷயத்தைச் சொன்னார்.

மாக் கொண்டு வந்த பொருள்களை ஆராய்ந்த கர்னல் வில்லியம், அடுத்தநிலை அதிகாரியான ஜெசஸி மார்செலுடன் ரகசியமாக ஆலோசனை நடத்தினார்.

ஆலோசனை முடிந்து திரும்பி வந்து, 'மாக், இவர் மிஸ்டர் ஜெஸி மார்செல். இவரை உங்களுடன் அனுப்பி வைக்கிறேன். அந்த விபத்து நடந்த இடத்தைக் காட்டுங்கள். இப்படி ஒரு சம்பவம் நடந்ததைக் கொஞ்ச நாளைக்கு வேறு யாரிடமும் சொல்ல வேண்டாம்...' என்று சொல்லி, அவர்களை வழியனுப்பி வைத்தார்.

•

மாக் ப்ரேஸல்லின் பண்ணை.

வெடித்து விழுந்த அந்த வித்தியாசமான பொருள்கள் இருந்த இடத்தை மார்செல் அக்குவேறு ஆணிவேறாக அலசினார். அவரது அலசல் பல

நாட்கள் தொடர்ந்தது. சம்பவம் நடந்த அன்று மாக்கின் கண்ணுக்குச் சிக்காமல் வெகுதூரத்தில் இருந்த சில பொருள்களையும் சேகரித்துக் கொள்கிறார் மார்செல்.

இனி, அந்த ஏரியாவில் ஒன்றுமில்லை என்று தெரிந்த பின்னர், மீண்டும் ராஸ்வெல்லுக்குத் திரும்பினார்.

•

ஒரு விசாலமான அறையில், விமானப்படை அதிகாரிகள் கூடியிருக்க, நடுநாயகமாக கர்னல் வில்லியம் உட்கார்ந்திருந்தார். அவருக்குப் பக்கத்தில் இருந்த மார்செல், முகத்தில் பெருமை பொங்க, தான் கண்டதை விவரித்தார். ஏற்கெனவே, மாக் கொடுத்த பொருள் களையும், தான் சேகரித்து வைத்திருந்த பொருள்களையும் எல்லோருக்கும் காட்டினார்.

முடிவில், 'நான் பார்த்தவரையில் நிச்சயமாக அந்த இடத்தில் பறக்கும் தட்டுதான் விழுந்திருக்க வேண்டும். ரொம்ப உயரத்தில் இருந்து அதிவேக மாக விழுந்ததில் அது உருக்குலைந்து துண்டுகளாகியிருக்கிறது. இந்த மாதிரியான பொருள்கள் பூமியில் இருப்பதைப்போலத் தெரியவில்லை' என்று கொஞ்சம் 'பில்டப்' கொடுத்தே சொன்னார்.

அதிகாரிகளின் ஆலோசனையின் முடிவில், டெக்ஸாசில் உள்ள விமானப்படை அலுவலகத்துக்குத் தகவல் கொடுப்பது என்று முடிவெடுக்கப்பட்டது. அதன்படி, ஜெனரல் ரோஜர் ராமி என்பவரிடம் இவ்விஷயம் தெரிவிக்கப்பட்டது. அவரும், 'எல்லாப் பொருள் களையும் இங்க கொண்டுவந்து கொடுத்துடுங்க' என்று சொல்ல, இவர்களும் மார்செல்லிடமே கொடுத்தனுப்பினார்கள்.

அந்தப் பொருள்களை டெக்ஸாஸ் அனுப்புவதற்கு முன், விளம்பரப் பிரியரான கர்னல் வில்லியம், தனக்குத் தெரிந்த நிருபரிடம் இந்த விஷயத்தைச் சொல்ல, அன்றைய சாயங்காலப் பேப்பரில் எட்டுக் காலத்துக்குச் செய்தி வந்து விட்டது கர்னல் வில்லியமின் போட்டோவோடு.

•

விழுந்து நொறுங்கிய பறக்கும் தட்டின் மிச்சங்களுடன் மார்செல், டெக்ஸாஸ் வரும் செய்தி, பத்திரிகையாளர்களுக்குப் பரவியது. மார்செல், விமானப்படை அலுவலகத்துக்குப் போய்ச் சேர்வதற்குள் அந்த அலுவலகத்தைப் பத்திரிகையாளர்கள் முற்றுகையிட்டிருந்தனர்.

பத்திரிகையாளர்கள் கண்ணில் படாமல் பின்வாசல் வழியாக அலுவலகத்துக்குள் அழைத்துச் செல்லப்பட்டார் மார்செல். அவர்

கொண்டுவந்த பொருள்கள் அடங்கிய மூட்டையை ஒரு ஹாலில் வைக்கச் சொல்லிவிட்டு, ஜெனரல் ரோஜர் ராமியின் தனியறைக்கு அழைத்துச் செல்லப்பட்டார் மார்செல்.

கோயிலில் இருக்கும் பக்தனைப்போல அடக்கத்துடன், அவரிடம் இதுவரை நடந்த அத்தனை விஷயத்தையும் விரிவாக எடுத்துச் சொன்னார் மார்செல்.

அவரைத் தட்டிக்கொடுத்த ஜெனரல் ரோஜர் ராமி, 'பத்திரிகையாளர்கள் காத்திருக்கின்றனர்... அவர்களிடம் நடந்ததைச் சொல். நீ கொண்டு வந்த பொருள்களைக் காட்டு.' என்று மார்செல்லை அவர் கொண்டுவந்த மூட்டை இருந்த ஹாலுக்கு அழைத்துச் சென்றார்.

அங்கு பத்திரிகையாளர்களும், போட்டோகிராபர்களும் ஆவலுடன் காத்திருந்தனர். மார்செல் உள்ளே நுழைந்ததும் பிளாஷ்கள் மின்னலடித்தன.

முகத்தில் பெருமை பொங்கத் தான் கொண்டுவந்த மூட்டையைப் பத்திரிகையாளர்களிடம் காட்டுவதற்காகப் பிரித்தபோது, மார்செல்லின் முகம், பேயறைந்ததுபோல ஆகிவிட்டது. கிட்டத்தட்ட மயக்கமே வந்துவிட்டது.

மார்செல்லின் பதட்டத்துக்குக் காரணம் இருந்தது!

மூட்டைக்குள் இருந்தது அவர் கொண்டுவந்த பொருள்கள் அல்ல. வானிலை ஆராய்ச்சிக்காகப் பறக்க விடப்படும் பலூன்களின் உடைந்த மிச்சங்கள்தான் இருந்தன.

தான் சேகரித்த பொருள்கள் மாயமானதுடன், சம்பந்தமே இல்லாத சில பொருள்கள் அந்த மூட்டைக்குள் இருந்ததால் மார்செல்லுக்குப் பெருங்குழப்பம் ஏற்பட்டது.

'நான் கொண்டு வந்த விநோதமான பொருள்கள் எங்கே? இவை எப்படி இங்கே வந்தன?' என்று விழித்துக் கொண்டிருந்த மார்செல்லைக் கோபத்துடன் பார்த்த ஜெனரல் ரோஜர் ராமி, 'என்னப்பா... ஏதோ பறக்கும் தட்டு... அது இதுன்னு சொன்ன... இந்தக் கிழிஞ்ச பலூன்களையா பறக்கும் தட்டுன்னு சொன்ன? உன்னால பத்திரிகைக் காரங்ககிட்ட அசிங்கமா போயிடுச்சி!' என்று தலையில் அடித்துக் கொண்டதுடன், 'சாரி பிரதர்ஸ், தப்பு நடந்து போச்சு' என்று பத்திரிகை யாளர்களிடம் மன்னிப்புக் கேட்டுக்கொண்டு அங்கிருந்து நகர்ந்தார்.

யாருக்கும் இடையில் என்ன நடந்ததென்று தெரியவில்லை. இந்த விவகாரத்தைப்பற்றி மார்செல் யாரிடமும் வாயைத் திறக்கவில்லை. அப்படி ஒரு சம்பவம் நடந்ததாகவே அவர் காட்டிக் கொள்ளவில்லை.

•

ராஸ்வெல் என்ற ஊரைச் சேர்ந்த மாக் ப்ரேஸல் என்ற பண்ணையாரை ஞாபகம் இருக்கிறதா? அவரை அவ்வளவு சீக்கிரம் மறந்துவிட முடியுமா என்ன? அவரது பண்ணையில்தானே அந்த விநோத ஊர்தி விழுந்து நொறுங்கியது?

அந்த இடத்தை, விஞ்ஞானிகள், அதிகாரிகளைக்கொண்ட குழு தங்கள் வசம் எடுத்துக்கொண்டது. தற்காலிகமாகத்தான்! அந்தக் குழுவினர் அந்தப் பகுதி முழுவதையும் அணு அணுவாக ஆராய்ந்தனர்.

ராணுவ அதிகாரிகளைக்கொண்ட ஒரு குழு, மாக் ப்ரேஸல், அவரது நண்பர் லொரெட்டா ப்ராக்டர் உட்பட இந்த விவகாரம் தெரிந்த அத்தனை பேரையும், 'இனி இதைப்பற்றிப் பேசக்கூடாது' என்று எச்சரித்து விட்டுச் சென்றது.

இந்த இடத்தில் ஒரு விஷயத்தைச் சொல்லியே ஆக வேண்டும்.

விஞ்ஞானிகள், அதிகாரிகள் அடங்கிய குழுவினர், அந்தப் பகுதியில் இருந்து சில ஏலியன்களின் சடலங்களை எடுத்துச் சென்றதாக அப்போது பலமான பேச்சு அடிபட்டது. கொஞ்ச நாளில் 'ராஸ்வெல்' விவகாரம் அடங்கிப் போனது.

ஆனாலும், உலகத்தின் பல பகுதிகளில், 'பறக்கும் தட்டைப் பார்த்தேன், ஒளிப்பிழம்புடன் அதிவேகத்துடன் வித்தியாசமான ஒன்று பறப்பதைப் பார்த்தேன்' என்று பலரும் சொல்வது, தொடர்ந்து கொண்டுதான் இருந்தது.

•

ராஸ்வெல்லில் பறக்கும் தட்டு விழுந்ததாகச் சொல்லப்பட்ட சம்பவம் நடந்து 30 வருடங்கள் கழிந்து விட்டன.

வேற்றுக்கிரக விஷயங்களை ஆராய்ச்சி செய்து வரும் ஸ்டாண்டன் டி ஃப்ரீட்மான் என்பவர், நூலகத்தில் 30 வருடங்களுக்கு முந்தைய பழைய பேப்பர் ஒன்றை எதேச்சையாகப் பார்க்க நேரிட்டது. அதில், ராஸ்வெல்லில் விழுந்த பறக்கும் தட்டு மேட்டரும், அதைத் தொடர்ந்து நடந்த விஷயங்களும் இருந்தன.

'ஆஹா! நாம ஆராயும் விஷயத்துக்கும் இதுக்கும் ரொம்பவும் நெருங்கிய தொடர்பு இருக்கிறதே' என்று ஆச்சரியப்பட்டவருக்கு ஒரு விஷயம் மட்டும் உறுத்தலாக இருந்தது.

'இவ்வளவு நடந்தும் இந்த விவகாரம், ஒரு கட்டத்திற்கு மேல் நகராமல், அப்படியே மறைந்துவிட்டது. ஆரம்பத்தில் பறக்கும்

தட்டைப் போன்ற ஒன்று விழுந்தது என்று சொன்னவர்களும் கொஞ்ச நாளில் அப்படியே மௌனமாகி விட்டது ஏன்?' என்று நினைத்தவர், 'இதில் ஏதோ மர்மம் இருக்கிறது. அதை எப்படியாவது நான் கண்டுபிடிக்கிறேன்' என்று தனக்குள் சொல்லிக்கொண்டார்.

தனது துப்பறியும் திட்டத்தை, ராஸ்வெல் என்ற ஊரில் இருந்தே ஆரம்பித்தார் ஸ்டாண்டன் டி ஃப்ரீட்மான். அப்போது இருந்த பலர் இப்போது உயிருடன் இல்லை. ஆனாலும், கடுமையான முயற்சிக்குப் பிறகு, ஒருவழியாக விமானப்படை அதிகாரியாக இருந்த மார்செல்லைக் கண்டுபிடித்துவிட்டார்.

இந்த மார்செல்தான், விழுந்து நொறுங்கிய பறக்கும் தட்டின்(?) மிச்சங்களுடன் டெக்ஸாஸ் சென்று, விமானப்படை அலுவலகத்தில் பத்திரிகையாளர்கள் முன்னிலையில், மூட்டையில் இருந்த பொருள்கள் மாறிப்போய் நொந்து போனவர்.

அப்போது நடந்த அத்தனை சம்பவங்களையும் ஸ்டாண்டன் டி ஃப்ரீட்மானிடம் புட்டுப் புட்டு வைத்த மார்செல், 'இதில் ஏதோ மர்மம் இருக்கிறது. நான் கொண்டு சென்ற பொருள்கள் அந்த மூட்டையில் இல்லை. யாரோ மாற்றி விட்டார்கள். அப்போது நான் அரசு அதிகாரியாக இருந்ததால், வாய் திறக்க முடியவில்லை...' என்று தன்னுடைய 30 வருட ஆதங்கத்தைக் கொட்டித் தீர்த்தார்.

இந்த விவகாரம் தொடர்பாக, ஸ்டாண்டன் டி ஃப்ரீட்மான் பிரபல இதழில் விரிவாகக் கட்டுரையொன்றை எழுத, பறக்கும் தட்டு, ஏலியன் விவகாரங்கள் மீண்டும் சூடுபிடிக்கத் தொடங்கின. பத்திரிகைகளும் பத்திப் பத்தியாக எழுதித் தள்ளின. சேனல்கள், சிறப்புச் செய்தித் தொகுப்புகளை வெளியிட்டுப் பார்வையாளர்களை டி.வி. முன் கட்டிப் போட்டன.

இது ரொம்ப நாளைக்குத் தொடர்ந்தது. எங்கு பார்த்தாலும் இதே பேச்சாக இருந்தது. மீடியாக்களும், வேறு வேலையில்லாத அரசியல்வாதிகளும் பல கேள்விகளைக் கேட்டனர்.

இப்படியே விட்டால் நிலைமை ரொம்ப மோசமாகிவிடும் என்று நினைத்த அரசு, 'ரகசியமான உளவுத்துறைப் பணிக்காக, முக்கியமாக, ரஷ்யாவைக் கண்காணிக்க நவீன சாதனங்களைக் கொண்ட உளவு பலூனை அனுப்பினோம். அதுதான் விபத்துக்குள்ளாகி ராஸ்வெல் என்ற இடத்தில் விழுந்தது. ரகசியம் என்பதால் அப்போது வெளியே சொல்ல முடியவில்லை. மற்றபடி பறக்கும் தட்டும் இல்லை, ஏலியன்களும் இல்லை' என்று அடித்துச் சொல்லியது.

ஆனாலும், இதை யாரும் நம்பவில்லை. அரசாங்கம் பொய் சொல்கிறது என்று காலையில் டீக்கடை வாசல்களிலும், ராத்திரியில் பார்களிலும் ஆதரவு, எதிர்ப்பு விவாதங்கள் நடந்துகொண்டிருந்தன.

ராஸ்வெல்லில் பறக்கும் ஊர்தி நொறுங்கி விழுந்த பிறகு, பல ஆண்டுகளாக அது தொடர்பாகப் புதுப்புது விஷயங்கள் கிளம்புவதும், பிறகு அடங்கி விடுவதும் நடந்துகொண்டிருந்தன. கதைகளும், வதந்திகளும் இறக்கை கட்டிப் பறந்துகொண்டிருந்தன.

கிளென் டென்னிஸ் என்பவர் 1989ஆம் வருஷம், ஒரு விஷயத்தைக் கூறினார். இது உண்மையா, கதையா என்பது அந்த ஆண்டவனுக்கே வெளிச்சம்.

'1947ம் ஆண்டு ராஸ்வெல்லில் பறக்கும் தட்டு விழுந்ததாகச் சொல்லப்பட்ட சம்பவம் நடந்த சமயத்தில் நான் பிரேதப் பரிசோதனை நிபுணராகவும், இறந்த உடல்களைப் பதப்படுத்தும் நிபுணராகவும் வேலை செய்து வந்தேன்.

விமானப்படைத் தளத்தில் இருந்து எனக்கு போன் வந்தது. சிறிய அளவிலான பிரேதங்களைப் பதப்படுத்தப் பெட்டிகள் வேண்டும் என்றும், பிரேதங்களைப் பதப்படுத்துவது எப்படி என்றும் கேட்டார்கள். நானும் விரிவாகச் சொன்னேன்.

சிறிது காலம் கழித்து, எனக்குத் தெரிந்த ராணுவ நர்ஸ் ஒருவரை எதேச்சையாகச் சந்தித்தபோது, 'ராஸ்வெல் பகுதியில் சில ஏலியன்களின் சடலங்கள் கிடைத்தன. அவற்றைப் பிரேதப் பரிசோதனை செய்ய நான் உதவியாக இருந்தேன்' என்று என்னிடம் கூறினார். இந்தச் சம்பவத்துக்குப் பிறகு அந்த நர்ஸ் மாயமாக மறைந்து விட்டார்!' என்று ஒரு குண்டைத் தூக்கிப் போட்டார்.

ஆனால், டென்னிஸ் சொன்ன பெயரில் எந்த நர்சும் ராணுவத்தில் வேலை செய்யவில்லை என்று ஆதாரப்பூர்வமாக நிரூபிக்கப்பட்டது.

ஆனால், டென்னிஸ் இதற்கும் ஒரு பதிலைத் தயாராக வைத்திருந்தார். 'ஏலியன்கள் குறித்த ரகசியம் வெளியே தெரியக்கூடாது என்பதற்காக அந்த நர்ஸ் குறித்த எல்லா விஷயங்களையும் அரசாங்கம் அழித்து விட்டது' என்றார்.

இதைப்போல, இந்த விஷயம் குறித்துப் பலரும் பலவிதமாகப் புதுப்புது விஷயங்களைச் சொல்லி வந்தார்கள். எல்லோருமே தாங்கள் சொல்வது உண்மை என்று சூடமேற்றிச் சத்தியம் செய்யாத குறையாகச் சொன்னார்கள்.

‘1947இல் பறக்கும் தட்டு கீழே விழுந்து, அதில் இறந்து போன சில ஏலியன்களின் பிணங்கள், பிரேதப் பரிசோதனை செய்யப்பட்டன’ என்று சர்ச்சைகளும், விவாதங்களும், சூடுபிடித்துக் கொண்டிருந்த வேளையில்தான் ரே சாண்ட்லி, 1947இல் நடந்த ஏலியன்களின் பரிசோதனை டாக்குமென்ட்ரியை வெளியிட்டார்.

அதனால் தான் கேள்வியே கேட்காமல் அதை எல்லோரும் ஏற்றுக் கொண்டார்கள்.

ஆனால்...

•

ரே சாண்ட்லியின் வீடியோவை ஆரம்பத்தில் இருந்தே சிலர், ‘இது சுத்த ஏமாற்று வேலை’ என்று கூறி வந்தனர். இந்த வாதம் முதலில் அதிகம் எடுபடவில்லை.

1995இல் இந்த டாக்குமென்ட்ரி விவகாரம் வெளிவந்த உடனேயே, இதை ஒளிபரப்ப, பல நாடுகளில் உள்ள டிவி சேனல்கள் நான், நீ என்று போட்டி போட்டன.

கிட்டத்தட்ட 32 நாடுகளில் உள்ள சேனல்களுக்கு இந்த டாக்குமென்ட்ரியைக் கணிசமான தொகைக்கு விற்று விட்டார் ரே சாண்ட்லி. அவையும் இதை ஒளிபரப்பித் தங்கள் டிஆர்பி ரேட்டிங்கைக் கூட்டின.

இந்த டாக்குமென்ட்ரி எந்த விதத்தில் மக்களிடம் தாக்கத்தை ஏற்படுத்தியது என்பதற்கு ஒரு சிறிய உதாரணம்:

பிரபல டி.வி.யில் இது ஒளிபரப்பப்பட்டபோது, கிட்டத்தட்ட 11.7 மில்லியன் மக்கள் இதைப் பார்த்தனர். இரண்டாம் முறையும் இதே அளவில் பார்வையாளர்கள் பார்த்தனர்.

இதை டாக்குமென்ட்ரி சேனல்களில் வெளியிட்ட பிறகு, இன்னும் கடுமையான விமர்சனங்கள் எழுந்தன.

‘1947இல் பறக்கும் தட்டு விழுந்ததைப் போன்ற சம்பவமே நடக்கவில்லை. அது குறித்த உறுதியான ஆவணத் தகவல்கள் இல்லை. சிலர் மட்டுமே அதுபோன்ற ஒரு சம்பவம் நடந்தது என்று தெரிவித்துள்ளனர். அவர்களும் விளம்பரத்துக்காகப் பொய் சொல்லியிருக்கிறார்கள்’ என்று அரசே உறுதியாகச் சொல்லிவிட்டது.

அந்தச் சம்பவமே நடக்காதபோது, அதில் ஏலியன்கள் இருந்ததாகவும், அவை பிரேதப் பரிசோதனை செய்யப்பட்டதாகவும், அது வீடியோ

எடுக்கப்பட்டதாகவும் கூறுவதே சுத்த அபத்தம்' என்று விமர்சித்தனர்.

இந்த டாக்குமென்ட்ரி உண்மையா பொய்யா என்று ஆராய்வதற்கு முன், இந்த டாக்குமென்ட்ரியில் இருப்பதைக் கொஞ்சம் பார்ப்போம்.

இந்த டாக்குமென்ட்ரி 17 நிமிடங்கள் ஓடக்கூடிய கறுப்பு வெள்ளைப் படம்.

'மேசையொன்றில் ஓர் ஏலியன் படுத்திருக்கிறது. அதாவது, மனிதனைப் போன்ற உயிரினம் படுத்திருக்கிறது. இந்த ஏலியனின் வலதுகால் சேதமடைந்திருக்கிறது. இது, மேலிருந்து விழுந்ததால் ஏற்பட்ட காயம்!

இந்த உருவத்தைச் சுற்றிச் சில நிமிடங்கள் படம் எடுக்கப்படுகிறது. பிறகு தலை முதல் கால் வரை கவச உடையணிந்த ஒருவர், அந்த உருவத்தைப் பற்றி விளக்கம் அளிக்கிறார். ஒவ்வொரு உறுப்பாகத் தொட்டுக்காட்டி விளக்குகிறார்.

சிறிது நேரம் கழித்து அவரைப்போலக் கவச உடையணிந்த இன்னொருவரும் அவருடன் சேர்ந்து கொள்கிறார். கூர்மையான கத்தியால் அந்த உருவத்தைக் கழுத்திலிருந்து தொடங்கி, இரண்டாகப் பிளந்து... ஒரு முழுப் பிரேதப் பரிசோதனையை அந்த இருவரும் செய்து முடிக்கும்வரை அந்த டாக்குமென்ட்ரியில் இருக்கிறது.

இந்த டாக்குமென்ட்ரி எப்படிக் கிடைத்தது என்று கேட்டபோது, 'எனக்கு முன் பின் பழக்கமில்லாத முன்னாள் ராணுவ கேமராமேன் மூலம் கிடைத்தது' என்று ரே சாண்ட்லி கூறினார்.

'இந்த டாக்குமென்ட்ரி போலி' என்று விமர்சனங்கள் கடுமையாக இருந்த நேரத்தில், பாக்ஸ் டி.வி. ஒரு விவாதத்துக்கு ஏற்பாடு செய்தது.

இந்த டி.வி. சேனல், 'ஏலியன் அடாப்ஸி - பேஃக்ட் ஆர் பிக்ஷன்', அதாவது, அந்நியப் பிரேதப் பரிசோதனை உண்மையா அல்லது புனையப்பட்டதா என்ற தலைப்பில் நடந்த இந்த விவாதத்தில், ஆஸ்கார் விருதை வென்ற மேக்கப் கலைஞர் ஸ்டான் வின்ஸ்டன், ஒளிப்பதிவாளர் ஆலன் டெவியூ, தடயவியல் நோயியல் சிரில் வெக்ட் ஆகியோர், பிரேதப் பரிசோதனைக் காட்சியில் அந்நியத்தன்மை இருப்பதாகக் கூறியிருந்தார்கள்.

இந்த டாக்குமென்ட்ரியின் நம்பகத்தன்மை குறித்து ஆராய்ந்த ஸ்டான் வின்ஸ்டன், புலன் விசாரணையாளர் கெவின் டி ரன்ட்லே ஆகியோர் இது ஒரு போலியென்று கூறி, அதற்கான காரணங்களையும் அடுக்கினார்கள்.

ஆனால், இந்த விஷயத்தில் சஸ்பென்ஸ் இருப்பதையே விரும்பிய பாக்ஸ் டி.வி., இந்த வார்த்தையை நீக்கிவிட்டு அந்த விவாதத்தை ஒளிபரப்பியது.

இதனால் இந்தச் சர்ச்சை ஒரு முடிவுக்கு வராமல் நீண்டுகொண்டே இருந்தது.

மேலும், அந்த வீடியோவில் 1967க்குப் பிறகு உபயோகத்துக்கு வந்த சில பொருள்கள் இருந்ததைச் சிலர் ஆதாரத்துடன் எடுத்துக்காட்டினர். 1947இல் எடுக்கப்பட்ட வீடியோவில் 1967க்குப் பிறகு வந்த பொருள்கள் எப்படியிருக்கும்? இப்படி, இந்த வீடியோ குறித்த சந்தேகப் பார்வை விழுந்தது.

1995இல் தொடங்கிய இந்தப் பிரச்னை 2006இல் ஒரு முடிவுக்கு வந்தது. இந்தப் பிரச்னையைத் தொடங்கிய ரே சாண்ட்லியே இதை ஒரு முடிவுக்குக் கொண்டு வந்தார்.

பலவிதத்திலும் அவருக்கு நெருக்கடி உண்டாக, ஒரு கட்டத்தில், 'ஆமாம்... இது முழுவதும் ஒரிஜினல் இல்லை! 1947ம் ஆண்டு முதல் அந்த டாக்குமெண்ட்ரி பயன்படுத்தப்படாமல் இருந்ததால் சேதமடைந் திருந்தது. சேதமடைந்த காட்சிக்குப் பதில் அதேபோல் செட்டப் செய்து நாங்களே ஷூட் செய்தோம்!' என்று உண்மையைப் போட்டு உடைத்தார்.

மேலும் அவர், '1990இல் முன்னாள் ராணுவ கேமராமேன் மூலமாக இந்த டாக்குமெண்ட்ரி கிடைத்தது என்று ஏற்கெனவே சொல்லியிருந்தேன். இதில் முக்கியமான பல காட்சிகள் சேதமடைந்திருந்ததால், என்ன செய்வதென்று தெரியாமல் 1992ம் ஆண்டுவரை வைத்திருந்தேன். பிறகு தான் ஒரு ஐடியா தோன்றியது. அதன்படி அதில் சேதமடைந்த காட்சிகளைப் புதிதாக ஷூட் செய்ய நினைத்தேன். சினிமாவுக்கு செட் போடும் மற்றும் ஒப்பனைக் கலைஞர்கள் இரண்டு பேர் உதவியுடன், அந்த முன்னாள் ராணுவ கேமராமேன் கொடுத்த டாக்குமெண்ட்ரியைப் பார்த்து, லண்டனில் ஒதுக்குப்புறமாக இருந்த ஒரு வீட்டில் அதைப்போன்ற அறையைத் தயார் செய்தோம்.

லண்டன் மார்க்கெட்டில் வாங்கப்பட்ட இறைச்சி, கோழிக்குடல், செம்மறியாட்டின் மூளை, ரோஸ்பெர்ரி ஜாம் போன்றவற்றைக் கொண்டு போலியான ஏலியன் உடல்களை உருவாக்கினோம்.

தலைமைப் பிரேதப் பரிசோதனையாளராக ஜான் ஹம்ப்ரேஸ் செயல் பட்டார்.

ஷூட்டிங் முடிந்ததும், யாருக்கும் சந்தேகம் வரக்கூடாது என்பதற்காக, பிரேதப் பரிசோதனை செய்யப்பட்ட, போலி ஏலியன் உடல்களைத்

துண்டு துண்டாக வெட்டி, லண்டன் குப்பைத்தொட்டிகளில் கொஞ்சம் கொஞ்சமாக வீசியெறிந்தோம்.' என்றார்.

அவ்வளவுதான். மொத்த விவகாரமும் சப்பென்று ஆகிவிட்டது. ரே சாண்ட்லியின் வாக்குமூலம், அவரின் புகழை ஒரே நாளில் அதலபாதாளத்தில் தள்ளிவிட்டது.

*1995*ம் ஆண்டு இந்த டாக்குமென்ட்ரியை வெளியிட்டபோது, இதைப்போல எந்தவொரு க்ளூவையும் கொடுக்கவில்லை. முழுக்க முழுக்க ஒரிஜினல் என்றுதான் தெரிவித்திருந்தார்.

இத்தனைக்கும் அவர், அந்த டாக்குமென்ட்ரி முழுவதும் போலியென்று சொல்லவில்லை. சில பகுதிகளைத்தான் புதிதாக ஷூட் செய்தோம் என்று தெரிவித்திருந்தார். ஆனால், மக்கள் மனதில், 'மொத்தமும் போலி' என்ற எண்ணம்தான் பதிந்துவிட்டது.

இந்த டாக்குமென்ட்ரியைப் போலியென்று சொன்னவர்கள், 'நாங்கள் தான் ஆரம்பத்திலேயே சொன்னோமே இது போலின்னு...' என்று சொல்லிச் சிரித்தார்கள்.

இந்த டாக்குமென்ட்ரியை விலைக்கு வாங்கி ஒளிபரப்பிய டி.வி. சேனல்கள், இதற்காகப் பெரிதாக அலட்டிக்கொள்ளவில்லை. காரணம், அந்த டாக்குமென்ட்ரியை ஒளிபரப்பி அவர்கள் ஏற்கெனவே காசு பார்த்துவிட்டனர்.

இந்த ஏலியன் பிரேதப் பரிசோதனை டாக்குமென்ட்ரியில் இன்னமும் அவிழாத சில மர்ம முடிச்சுகள் இருக்கின்றன.

இத்தனைக்கும் காரணமான அந்த முன்னாள் ராணுவ கேமராமேன் யார் என்பதை ரே சாண்ட்லி கடைசி வரை சொல்லவேயில்லை.

அது உண்மையான கேரக்டரா அல்லது ரே சாண்ட்லியால் உருவாக்கப்பட்டதா என்பதும் தெரியவில்லை.

இந்த டாக்குமென்ட்ரியை விலைக்கு வாங்கினாரா அல்லது இலவசமாகக் கிடைத்ததா என்பதற்கும் மழுப்பலான பதிலைத்தான் கூறினார் ரே.

அதேபோல், எது ஒரிஜினல், எது செட்டப் என்பதையும் சொல்ல வில்லை. இந்த டாக்குமென்ட்ரி போலியானது என்று எந்த இடத்திலும் அவர் ஒப்புக்கொள்ளவில்லை, கடைசி வரையில்!

●●●

௭

ஒரு பொய்யன்! ஒரு போர்! ஓர் அழிவு

அல்ஜனாபியின் அழிவு வாக்குமூலம்

ஈராக்...

2003ம் ஆண்டு தொடங்கிய அமெரிக்காவுடனான போருக்குப் பின்னால், சின்னாபின்னமாகிக் கிடக்கிறது. சிரியாவிலும், ஜோர்டானிலும் 40 லட்சம் ஈராக்கியர்கள் அகதிகளாக வாழ்கின்றனர்.

ஈராக் குழந்தைகள், சிரியாவின் குப்பை மேடுகளில் கிடக்கும் எச்சில் உணவுகளைத் தின்றும், காலி பாட்டில்கள், இரும்புகளைப் பொறுக்கி விற்றும் உயிர்வாழும் கொடுமை நடக்கிறது. யாசகம் கேட்டுச் சிரியாவின் தெருக்களில் ஆயிரமாயிரம் ஈராக் குழந்தைகள் அலைந்துகொண்டிருக்கின்றனர்.

(இப்போது சிரியாவிலும் உள்நாட்டுப் போர் உச்சத்தில் இருக்க, எங்கு போவது, எப்படிப் பிழைப்பது என்று தஞ்சம் தேடி அலைகின்றனர்.)

பெண்களும், சிறுமிகளும் பசியைப் போக்கிக் கொள்ள... வேண்டாம். இதற்குமேல் அந்தக் கொடுமையைச் சொல்ல விரும்பவில்லை.

பெற்றோர்களை இழந்த குழந்தைகள் தெருக்களில் அனாதைகளாக அலைகின்றனர்.

'சுமார் 10 லட்சம் ஈராக்கிய குழந்தைகள் இரவு உணவின்றித் தெருக்களில் உறங்குகிறார்கள்' என்கிறது ஆய்வு ஒன்று.

தினம் தினம் குண்டுவெடிப்புகள். தற்கொலைப் படைத் தாக்குதல்கள். குழந்தைகள், பெண்கள், அப்பாவிகள் எனக் கொத்துக் கொத்தாக, வெடிகுண்டுகளாலும், துப்பாக்கி ரவைகளாலும் சிதறடிக்கப்பட்டு வரும் அவல நிலை ஈராக்கில் இன்னமும் இருக்கிறது.

போர் ஒன்றும் ஈராக் மக்களுக்குப் புதிதல்ல. அடிக்கடி பார்த்தவர்கள் தான். சாதாரண மக்களின் வாழ்க்கையில் இந்தப் போர்கள் பெரிய மாற்றத்தை ஏற்படுத்தியதில்லை. ஆனால், அமெரிக்காவுடனான போர் அவர்களின் வாழ்க்கையைத் தலைகீழாக மாற்றிப் போட்டுவிட்டது.

'ஆமை புகுந்த வீடு விளங்காது' என்று பழமொழி இருக்கிறது. இப்போது புது மொழியாக, 'அமெரிக்கா புகுந்த நாடு விளங்காது' என்று மாற்றிக் கொள்ளலாம்.

ஈராக் மக்கள் தங்கள் நிம்மதியைத் தொலைத்து, பாதுகாப்பில்லாமல் நிர்கதியாக, உள்நாட்டுக் கலவரங்களில் சிக்கிச் சின்னாபின்னமாகத் தவிப்பதற்கு யார் காரணம் என்று கேட்டால், உலகின் 'பெரியண்ணன்' அமெரிக்காவும், அதற்குத் துணை போன பிரிட்டனும் என்று கோரஸாகச் சொல்லிவிடலாம்.

ஆனால், ஈராக்கின் அழிவுக்கு மூல காரணம், 'கர்வ் பால்' அதாவது, 'வளைந்த பந்து' என்ற புனை பெயரையுடைய ஒரு சாமானியன் என்று சொன்னால் ஆச்சரியமாக இருக்கும்.

அதுவும், அவன் ஒரு ஈராக்கியன் என்று சொன்னால், இன்னும் அதிர்ச்சியாக இருக்கும். ஆனால், அதுதான் உண்மை.

'வளைந்த பந்து' என்ற இந்தப் புனைபெயரை அவனுக்கு ஆசை ஆசையாகச் சூட்டியது யார் தெரியுமா? அமெரிக்க உளவுத்துறையான சி.ஐ.ஏ! இருந்தாலும், பெற்றவர்கள் வைத்த பெயர் ஒன்று இருக்குமே அது என்ன என்று கேட்பவர்கள்... கொஞ்சம் பொறுத்துக் கொள்ளுங்கள். சமயம் வரும்போது சொல்கிறேன்.

•

ஜெர்மனின் எம்.ஐ. 6 பி.என்.டி., உளவுத்துறை அலுவலகம். இந்தியாவில் 'ரா' உளவு அமைப்பைப் போல, வெளிநாட்டு விவகாரங்களைக் கண்காணிக்கும் ஜெர்மனியின் உளவு அமைப்பு அது.

காலையிலேயே படு பிஸியாக இருந்த அந்த அலுவலகத்தின் போன் அலறியது. உளவுத்துறையின் முக்கிய அதிகாரிகளில் ஒருவர் போனை எடுத்தார்.

'சார்... நான் ஒரு முக்கியமான விஷயம் சொல்ல வேண்டும்'

'சொல்லுங்கள். நான் குறிப்பெடுத்துக் கொள்கிறேன்.'

'போனில் சொல்ல முடியாது. நேரில் தான் சொல்லவேண்டும். அதுவும் உங்கள் இயக்குநரிடம் மட்டும் தான் சொல்ல வேண்டும்.'

'தம்பி! உடம்புக்கு எப்படி இருக்கிறது? நாங்களே அப்பாயின்மென்ட் இல்லாமல் அவரைப் பார்க்க முடியாது. விஷயத்தைச் சொல்... நான் சொல்லிக் கொள்கிறேன்.'

'இல்லை... மிக முக்கியமான விஷயம்! அவரிடம்தான் சொல்ல வேண்டும்.'

'தம்பி... நீ எங்களிடம் விளையாடுவது உன் உடம்புக்கு ஆகாது. நீ யாருன்னு சொல் முதலில். என்ன பிரச்னைன்னு சொல்?'

'நான் ஒரு ஈராக்கியன். இப்போது ஜெர்மனியில் தங்கியிருக்கிறேன். ஈராக் குறித்து முக்கியமான சேதியொன்றைச் சொல்ல வேண்டும்.'

அவ்வளவுதான். ஈராக் என்றதும் அந்த அதிகாரி சுறுசுறுப்பானார். பேச்சை வளர்க்கவில்லை அவர்.

'உன் பெயர் என்ன?'

பெயரைச் சொன்னான் அவன்.

பேசிக்கொண்டே சக அதிகாரிக்குச் சைகை செய்தார். சில நிமிடங்களில் அந்த போன் எந்த எண்ணிலிருந்து வந்திருக்கிறது, எந்த முகவரி என்ற ஜாதகமே எடுக்கப்பட்டு விடும்.

'உன் முகவரியைச் சொல். நாங்களே வந்து அழைத்துச் செல்கிறோம்.'

'இல்லை... நானே வருகிறேன்.'

'உடனே வா. எங்கள் இயக்குநரிடம் நான் அழைத்துப் போகிறேன். நீ சொல்ல வேண்டியதைத் தாராளமாகச் சொல்லலாம்.'

'கொஞ்ச நேரத்தில் வந்துவிடுகிறேன் சார்...'

போனில் பேசிய நபருக்காகக் காத்திருந்தார் அந்த அதிகாரி.

•

ஈராக் என்ற வார்த்தைக்கு அவ்வளவு முக்கியத்துவம் கொடுக்கப் பட்டதற்குக் காரணம் இருக்கிறது. அந்த நபர் வருவதற்குள், ஈராக்கைப் பற்றிச் சிறிய முன்னோட்டத்தைப் பார்த்து விடலாம்.

1979 இல் ஈராக் அதிபராகப் பதவியேற்றார் சதாம் உசேன். எல்லைப் பிரச்னை காரணமாக முட்டல் மோதலில் இருந்த ஈரானும் ஈராக்கும், 1980ம் ஆண்டு செப்டம்பர் 22ஆம் தேதி போரில் குதித்தன.

எட்டாண்டுகள் நீடித்த போரை ஐ.நா. தலையிட்டு ஒரு முடிவுக்குக் கொண்டுவந்தது. இருதரப்பிலும் பலத்த சேதம்.

போர் ருசி கண்ட சதாம் உசேனால் சும்மா இருக்க முடியவில்லை. 1990ம் ஆண்டு ஆகஸ்ட் 2ஆம் தேதி குவைத் மீது படையெடுத்து அதைத் தன் நாட்டோடு இணைத்துக்கொண்டார்.

ஈராக்கின் ஒரு லட்சம் ராணுவ வீரர்கள் குவைத்தைச் சூறையாடினர். அந்நியச் செலாவணியை அள்ளித் தரும் பெட்ரோல் கிணறுகள் தீவைத்து எரிக்கப்பட்டன.

'குவைத்திலிருந்து வெளியேறு' என்ற உலக நாடுகளின் கண்டிப்பைத் தூக்கித் தூரப்போட்ட சதாம், சவூதியை நோக்கித் தன் படையை நகர்த்தினார். உடனே, சவூதி அரேபியா தனது நட்பு நாடான அமெரிக்காவைப் பார்த்து அபயக்குரல் எழுப்பியது.

இதைக்கேட்ட அப்போதைய அமெரிக்க அதிபர் ஜார்ஜ் புஷ் (சீனியர்), இங்கிலாந்து உட்பட 28 நாடுகளின் துணையுடன் ஈராக்கை நோக்கிப் பாய்ந்தார்.

ஏழு மாதங்கள் ஈராக்கின் ஆக்கிரமிப்பில் இருந்த குவைத், மூன்றே நாட்களில் மீட்கப்பட்டது. ஆனாலும், தொடர்ந்து நடந்த போர் ஒரு வழியாக 42 நாட்கள் கழித்து முடிவுக்கு வந்தது.

இந்தப் போரின் முடிவில், ஐ.நா. விதித்த எட்டு நிபந்தனைகளை ஈராக் ஏற்றது. இதில் முக்கியமான நிபந்தனை, 'உயிரியல் பேரழிவு ஆயுதங்கள் குறித்துச் சோதனை செய்ய ஐ.நா. குழுவுக்கு அனுமதியளிக்க வேண்டும்' என்பதுதான்.

1991ம் ஆண்டு ஏப்ரலில் உள்நாட்டுப் போரைச் சந்தித்தது ஈராக். இதில் ஈடுபட்டவர்கள் ஒட்டுமொத்தமாகத் தூக்கில் ஏற்றப்பட்டனர்.

ஈராக் மீது உலக நாடுகள் ஒரு கண் வைத்துக்கொண்டே இருந்தன.

1990க்குப் பிறகு, இந்தக் கண்காணிப்புத் தீவிரமானது. இதற்குக் காரணம், ஈராக் அதிபர் சதாம் உசேன் உயிரியல் பேரழிவு ஆயுதங்களைத் தயாரிக்கிறார் என்ற சந்தேகம்.

'1990ம் ஆண்டிலிருந்து ஈராக் நுண்ணிய உயிரியல் ஆயுதங்களை உருவாக்கி வருகிறது' என்று அரசல் புரசலாக உலக நாடுகளுக்குத் தகவல் பரவியிருந்தது.

அமெரிக்க அதிபர் ஜார்ஜ் புஷ் (சீனியர்) மட்டுமல்ல, பிரிட்டன் உட்பட பல நாடுகள் இந்தக் குற்றச்சாட்டை அடிக்கடி சொல்லி வந்தன. 24 மணி நேரமும் ஈராக்கைக் கண்கொத்திப் பாம்பாகக் கண்காணித்து வந்தன.

1994இல் ஈராக்கில் உள்ள பேரழிவு ஆயுதங்களைச் சோதனையிட ஐ.நா. குழுவை அனுமதிக்க வேண்டும் என்று அமெரிக்கா வற்புறுத்தியது. இதற்குச் சம்மதிக்காத ஈராக்மீது, நள்ளிரவில் விமானத் தாக்குதலை நடத்தியது அமெரிக்கா.

இப்படி ஈராக்குக்கும் அமெரிக்கா உள்ளிட்ட உலக நாடுகளுக்கும் முட்டல், மோதல் தொடர்ந்து கொண்டிருந்த நிலையில்தான், ஜெர்மன் உளவுத்துறையைத் தொடர்புகொண்ட அந்த ஈராக்கியன், 'முக்கியமான விஷயம். பார்க்க வருகிறேன்.' என்கிறான். இதை யார்தான் வேண்டாம் என்று சொல்வார்கள்?

கொஞ்ச நேரத்தில் வந்து சேர்ந்தான் அவன். கோட், சூட் போட்டு ஜம் என்று இருந்தான். பார்த்தவுடனேயே அவன் அரபு நாட்டைச் சேர்ந்தவன் என்பது தெரிந்துவிட்டது. பேசத் தொடங்கியுடன் அவன் உச்சரிப்பும் மீண்டும் ஒருமுறை நிரூபித்தது. இருவரும் கைகுலுக்கிக் கொண்டார்கள். இருவருக்கும் இடையேயான முதல் சந்திப்பு அது.

அமெரிக்காவுக்கும் ஈராக்குக்கும் சம்பந்தமே இல்லாத இடமான ஜெர்மனியில் நடந்த, ஆனால் அந்த நாடுகளின் தலைவிதியில் சில மாற்றங்களைச் செய்த சந்திப்பு அது!

லட்சக்கணக்கானவர் இறக்க, காயமடைய, அவர்களின் வாழ்வாதாரமே அழியக் காரணமான சந்திப்பு அது!

வரலாற்றையே மாற்றிப் போட்டது இந்தச் சந்திப்பு.

•

அந்தச் சந்திப்பின் ஆரம்பமே கொஞ்சம் கரடு முரடாக இருந்தது.

'சொல்...' - அந்த உளவுத்துறை அதிகாரியின் வாயிலிருந்து ஒற்றைச் சொல் மட்டும் வந்தது.

'நிறைய இருக்கிறது. உங்கள் இயக்குநரிடம் சொல்ல விரும்புகிறேன். விஷயம் முக்கியமானது.'

'என்ன விஷயம் என்று சொல். நீ சொல்லப்போகும் விஷயத்தை வைத்து அவரிடம் அழைத்துப் போவதா. வேண்டாமா என்பதை முடிவு செய்கிறேன்.'

அந்த நபரைக் கூர்ந்து கவனித்தார் அந்த அதிகாரி.

அவனுக்கு 32 வயது இருக்கும். அவன் நம்பத்தகுந்தவன் அல்ல என்று உள்மனம் சொன்னாலும், பேச்சில் இருந்த உறுதியும், கண்ணில் இருந்த கூர்மையும் அவனிடம் ஏதோ விஷயம் இருக்கிறது என்பதை அதிகாரிக்கு உணர்த்தின.

'நான் ஒரு கெமிக்கல் எஞ்ஜினியர். ஈராக் அதிபர் சதாம் உசேன், மாபெரும் அழிவை ஏற்படுத்தக்கூடிய பயங்கரமான உயிரியல் ஆயுதங் களை ரகசியமாகத் தயாரித்து வைத்திருக்கிறார். அந்த லேப்பில் நான் சூப்பர்வைசராக வேலை செய்து வந்தேன்!' என்று சொல்லிவிட்டுக் கொஞ்சம் நிறுத்தினான் அவன்.

அவன் பேசுவதை அதிர்ச்சியுடன் பார்த்துக் கொண்டிருந்தார் அந்த அதிகாரி. எவ்வளவு பெரிய விஷயத்தை இவ்வளவு சாதாரணமாகச் சொல்கிறான்! உலக நாடுகளையே கதி கலங்க வைக்கப் போகும் தகவல் அல்லவா இது?

அடுத்த சில நிமிடங்களில் ஜெர்மன் உளவுத்துறை இயக்குநரின் முன் நின்று கொண்டிருந்தான் கர்வ்பால் என்ற புனைபெயரையுடைய அந்த மனிதன்.

'உனக்குத் தெரிந்த அத்தனையையும் சொல்லுப்பா. முதல்ல உன்னைப் பத்திச் சொல்.' உள்ளுக்குள் ஆர்வமும் பதட்டமும் இருந்தாலும் எதையுமே வெளிக்காட்டாமல் அமைதியாகக் கேட்டார் ஜெர்மன் உளவுத்துறையான பி.என்.டி.யின் இயக்குநர்.

'ஈராக் பல்கலைக்கழகத்தில் ரசாயனத்துறையில் எஞ்ஜினியர் பட்டம் பெற்றிருக்கிறேன். டையர்ஃப் அல் நடாஃப் என்ற பெயரைக்கொண்ட நிறுவனத்தில் சூப்பர்வைசராக வேலை செய்தேன். அது ஒரு விதைச் சுத்திகரிப்பு நிலையம். ஆம். அப்படித்தான் எல்லோரிடமும் சொல்லியிருக்கிறது அரசு. ஆனால், பேரழிவை ஏற்படுத்தக்கூடிய உயிரியல் ஆயுதங்களைத் தயாரிக்கும் முக்கியமான இடமாகத்தான் அது இருக்கிறது. உயிரியல் ஆயுதங்களைத் தயாரிக்கும் ஆராய்ச்சி வாகனத்தில் நடக்கிறது. இந்த வாகனம் நிற்காமல் பயணித்தபடியே இருக்கும். ஒரே இடத்தில் இருந்தால் மற்றவர்கள் கண்டுபிடித்து விடுவார்கள் என்பதால் இப்படி. அந்த நிலையத்தின் ஒரு வழியாக பலத்த பாதுகாப்புடன் வரும் டிரக்குகள், தேவையான பொருள்களையும் வேதியியல் கலவைகளையும் எடுத்துக்கொண்டு, மற்றொரு ரகசிய வழியாக வெளியேறிவிடும்.'

கர்வ்பாலின் ஒவ்வொரு வார்த்தையையும் உன்னிப்பாகக் கேட்டுக் கொண்டிருந்தார் உளவுத்துறை இயக்குநர். அவனது பேச்சு முழுவதும் பதிவு செய்யப்பட்டது.

ஈராக் பற்றியும், சதாம் உசேன் மீதும் உலக நாடுகள் எதற்காகச் சந்தேகப் பட்டனவோ, அமெரிக்க அதிபர் ஜார்ஜ் புஷ் மற்றும் அமெரிக்காவின் ஆதரவு நாடுகளின் தலைவர்கள் எந்த விஷயத்தை முன்னிறுத்தி சதாம் உசேன் மீது குற்றம் சாட்டினார்களோ, அதை நிரூபிக்கும்வகையில் கர்வ்பாலின் வாக்குமூலம் இருந்தது.

முதல் வேலையாக அமெரிக்காவின் உளவுத்துறையான சி.ஐ.ஏ.வுக்குத் தகவல் கொடுக்க ஓடினார் பி.என்.டி.யின் இயக்குநர்.

'இதற்காகத்தானே ஆசைப்பட்டாய் பாலகுமாரா' என்று சொல்லியிருப்பாரோ என்னவோ!

•

சி.ஐ.ஏ.வுக்கு ஏக சந்தோஷம். அவர்கள் ரொம்ப நாட்களாகச் சொல்லிவந்த ஒரு விஷயம், உறுதிப்படுத்தப்பட்டிருக்கிறதே! சாட்சிக்குத்தானே இத்தனை நாட்களாக அலைந்துகொண்டிருந்தார்கள்? ஈராக் முழுவதும் ஆட்களை இறக்கிக் கண்காணிக்கச் சொல்லியிருந்த நிலையில், இத்தனை சுலபமாக ஒரு சாட்சி கிடைத்தால் சந்தோஷமாகத்தானே இருக்கும்!

அந்த நேரத்தில்தான் அந்த ஈராக்கிய இளைஞனுக்கு 'கர்வ் பால்' எனப் புனைபெயரை வைத்தனர் சி.ஐ.ஏ. அதிகாரிகள். அவனைப் பற்றிய அத்தனை விஷயங்களும், அவன் பெயர் உட்பட அனைத்தும் மறைக்கப்பட்டன; மறைந்து போயின.

சில நாட்களிலேயே மடமடவென்று வேலையானது.

ஜெர்மனின் நியூரம்பர்க்கில் பலத்த பாதுகாப்பின்கீழ் அவன் குடும்பத்துடன் தங்க வைக்கப்பட்டான். அவன் சம்பந்தப்பட்ட அத்தனை ஆவணங்களிலும் 'அரசியல் தஞ்சம்' என்றே குறிப்பிட்டனர். அவனைப் பற்றிப் பேசும்போதெல்லாம் கர்வ்பால் என்றே அழைத்தனர்.

ஆரம்பத்தில் இருந்தே ஒரு விஷயத்தில் உறுதியாக இருந்தான் கர்வ்பால். 'நீங்கள் எவ்வளவு தகவல்களை வேண்டுமானாலும் கேளுங்கள். சொல்கிறேன். ஆனால், அமெரிக்காவோ அல்லது மற்ற நாடுகளைச் சேர்ந்த அதிகாரிகளோ என்னைச் சந்திக்கக்கூடாது.' என்று ஜெர்மன் உளவுத்துறை அதிகாரிகளிடம் கண்டிப்புடன் கூறிவிட்டான் கர்வ்பால்.

கர்வ்பால் பொன் முட்டையிடும் வாத்து என்பதால், அவனைத் தங்கத் தாம்பாளத்தில் வைத்துத் தாங்கினார்கள். அவனது விருப்பத்துக்கு மாறாக எதுவும் செய்யவேண்டாம் என்று சி.ஐ.ஏ. தரப்பிலும் சொல்லி விட்டார்கள்.

அவனது தகவல்கள் மட்டும் வாஷிங்டனுக்கு நாள் தவறாமல் சென்று கொண்டிருந்தன. அமெரிக்கா வசம் இருக்கும் ஆணித்தரமான ஒரே ஆதாரம் கர்வ்பால்தான்.

•

ஒன்றரை வருடம் ஓடிவிட்டது. வாரத்துக்கு ஒருமுறையோ இருமுறையோ அவனிடம் விசாரணை நடக்கும். சில சமயங்களில் புதுத் தகவல்களைக் கூறுவான். சில நேரங்களில் அரைத்த மாவையே அரைப்பான்.

இன்னும் கொஞ்சம் தோண்டித் துருவி அவனிடம் விசாரிக்கும்படி, ஜெர்மன் அதிகாரிகளை சி.ஐ.ஏ. கேட்டுக்கொண்டது.

அப்போதுதான் ஒரு புது விஷயத்தைக் கூறினான் கர்வ்பால். இந்தத் தகவலால் அவன், ஜெர்மன் மற்றும் அமெரிக்க உளவுத்துறையின் மிகுந்த நம்பிக்கைக்குப் பாத்திரமானான்.

'மரணத்தை ஏற்படுத்தக்கூடிய சில ரசாயனப் பொருள்களை நான் டையர்ஃப் அல் நடாஃபில் (விதைச் சுத்திகரிப்பு நிலையம்) பார்த்தேன்.' என்று சொன்னவன் அடுத்துச் சொன்னதுதான் ஹைலைட்.

'1998இல் வேதியியல் பொருள்கள் வைக்கப்பட்டிருந்த தொட்டிகள் இருந்த பகுதியில் பணிபுரிந்தபோது ஏற்பட்ட விபத்தில் 12 பேர் இறந்தார்கள்...' என்று கூறினான்.

இந்த விஷயம்தான் அனைவரையும் கவனிக்க வைத்தது. ஏனென்றால், அதைப்போன்ற ஒரு சம்பவம் நடந்ததாக ஏற்கெனவே அரசல்புரசலாகக் கேள்விப்பட்டிருந்தார்கள் உளவுத்துறையினர். அதனால், கர்வ்பால் இதைச் சொன்னது, அவன் மீதான நம்பிக்கையை அதிகரிக்க வைத்தது.

•

2001ம் ஆண்டு கர்வ்பால் பணிபுரிந்ததாகக் கூறிய, டையர்ஃப் அல் நடாஃப் நிலையத்தை கூகுள் எர்த் வழியாக போட்டோ எடுத்தனர்.

அந்த நிலையத்தைப் பற்றிக் கர்வ்பால் எப்படியெல்லாம் வர்ணித்தானோ அப்படியே இருந்தது, ஒன்றைத் தவிர. அந்த நிலையத்தைச் சுற்றி யாருமே நுழைய முடியாத அளவில் உறுதியான, கனமான சுற்றுச்சுவர் இருக்கிறது என்று கர்வ்பால் கூறியிருந்தான்.

ஆனால், உயிரியல் ஆயுதங்களைத் தயாரிக்கும் நடமாடும் 'லேப்'பான டிரக்குகள் எந்த வழியாக வந்து போவதாகக் கூறினானோ அந்த இடத்தில் சுவர் இருந்தது.

அப்படியென்றால், டிரக்குகள் எப்படி உள்ளே நுழைய முடியும் என்ற சந்தேகம், ஜெர்மன் மற்றும் அமெரிக்க அதிகாரிகளுக்கு எழுந்தது.

இதற்கும் கர்வ்பால் பதில் வைத்திருந்தான். அதாவது, இந்த நிலையத்துக்குள் எந்த டிரக்கும் நுழைய முடியாது என்பதை உணர்த்தவே இதைப்போன்ற பொய்யான சுவரை ஈராக் எழுப்பியிருந்தது. இது தற்காலிகமானதுதான் என்று கூறினான்.

இந்தப் பதில் அதிகாரிகளைத் திருப்திப்படுத்தவில்லை. ஆனாலும், சந்தேகத்தின் பலனை கர்வ்பாலுக்கே அளித்து, இந்த விஷயத்தை அதிகமாகத் தோண்டாமல் விட்டுவிட்டனர்.

ஜெர்மன் உளவுத்துறையிலும், சி.ஐ.ஏ.விலும் கர்வ்பாலை நம்பும் அதிகாரிகள் எந்தளவில் இருந்தார்களோ, அதே அளவில் அவனை நம்பாத ஆட்களும் இருந்தார்கள்.

அவர்கள், 'கர்வ்பால் ஒரு மோசடிப் பேர்வழி. அவனை நம்பாதீர்கள்!' என்று சொல்லிக்கொண்டே இருந்தார்கள்.

அதை நிரூபிக்கும் வகையில் அதிமுக்கியமான தகவல் ஒன்று வந்து சேர்ந்தது. இதைக் கர்வ்பால்கூட எதிர்பார்க்கவில்லை. தடுமாறிப் போய்விட்டான்.

பிரிட்டனில் தஞ்சம் அடைந்திருந்த ஈராக்கின் மூத்த அணு விஞ்ஞானி டாக்டர் பேசில் அல் சாதி மூலம் கர்வ்பாலுக்கு அந்தத் 'தலைவலி' வந்தது.

•

கர்வ்பால், ஜெர்மன் உளவுத்துறையிடம் அளித்த வாக்குமூலத்தில், 'உயிரியல் ரசாயன ஆயுதங்களைத் தயாரிக்கும் டையர்ஃப் அல் நடாஃபின் நிறுவனத்தின் தலைமைப் பொறுப்பில், ஈராக்கின் மூத்த அணு விஞ்ஞானி டாக்டர் பேசில் அல் சாதி இருந்தார். அவர் தலைமையில்தான் இந்த உயிரியல் ஆயுதங்கள் தயார் செய்யப்பட்டன. அந்த நிலையத்தில் அணு விஞ்ஞானி பேசில் இல்லாமல் ஒரு அணுவும் அசையாது.' என்று கூறியிருந்தான்.

இந்த வாக்குமூலம்தான் தன்னை மாட்டிவிடப் போகிறது என்பதை அவன் அப்போது உணரவில்லை. ஒரு விஷயம் அவனுக்குத் தெரிந்திருந்தால் டாக்டர் பேசில் பெயரை இழுத்திருக்கமாட்டான்.

ஈராக்கின் மூத்த அணு விஞ்ஞானியான டாக்டர் பேசில், சதாம்உசேனின் கண்ணில் மண்ணைத் தூவிவிட்டு எப்படியோ இங்கிலாந்தில் தஞ்சம் அடைந்திருந்தார். இந்த விஷயத்தை மிகவும் ரகசியமாக வைத்திருந்தது இங்கிலாந்து அரசு.

கர்வ்பால் சொன்ன விஷயம் குறித்து டாக்டர் பேசிலிடம் பிரிட்டிஷ் உளவுத்துறை விசாரித்தது. உளவுத்துறையின் மூத்த அதிகாரி இது குறித்து அவரிடம், ‘ரசாயன ஆயுதங்களை உருவாக்கும் டையர்ஃப் அல் நடாஃபின் தலைமைப் பொறுப்பில் நீங்கள் இருந்ததாகக் கர்வ்பால் கூறியிருக்கிறாரே.’ என்று கேட்டார்.

‘சுத்தப் பொய். அங்கு விதை அபிவிருத்தி ஆராய்ச்சி மட்டும்தான் நடக்கிறது. எனக்குத் தெரியாமல் அங்கு வேறு எதுவும் நடக்க வாய்ப்பில்லை.’ என்றார் பேசில்.

‘அவர் சொல்வதை சி.ஐ.ஏ. நம்புகிறது.’

‘இல்லை. அங்கு விதைச் சுத்திகரிப்பைத் தவிர, உயிரியல் சம்பந்தமாக எதுவும் நடக்கவில்லை.’

பிரிட்டிஷ் உளவுத்துறை கர்வ்பாலைவிட, டாக்டர் பேசிலை அதிகம் நம்பியது. இந்தத் தகவல் அப்படியே சி.ஐ.ஏ.வுக்கு அனுப்பப்பட்டது.

இதுபோன்ற தொடர்ச்சியான சில சம்பவங்களால், ‘கர்வ்பால் டுபாக்கூர் ஆசாமியாக இருக்கலாம்’ என்ற எண்ணம் பிரிட்டிஷ் உளவுத்துறைக்கும், ஜெர்மன் உளவுத்துறைக்கும் ஏற்பட்டது.

சி.ஐ.ஏ.வின் முன்னாள் தலைவர் மார்க்கெரட் ஹெனோச்சும், ‘நான் முன்பே கூறினேன். இந்த மனிதன் யாரென்றே தெரியவில்லை. இவனைப் பற்றிய உண்மைத்தகவல் எதுவுமே இல்லாத நிலையில், இவனை நாம் நம்புவது சரியல்ல.’ என்று சி.ஐ.ஏ.வின் அப்போதைய தலைவரிடம் வாதாடினார்.

இத்தனை சம்பவங்களுக்குப் பிறகும், இத்தனைபேர் சொல்லியும், சி.ஐ.ஏ. தலைமையின் நம்பிக்கையைப் பெற்றவனாகவே கர்வ்பால் இருந்தான்.

அமெரிக்காவின் இந்தப் போக்கு, ஜெர்மன் உளவுத்துறைக்கு மட்டுமல்ல, பிரிட்டிஷ் உளவுத்துறைக்கும், சி.ஐ.ஏ.வின் முன்னாள் தலைவர் மற்றும் இரண்டாம்நிலை அதிகாரிகளுக்கும் ஆச்சரியத்தை ஏற்படுத்தியது.

ஆனால், ‘சோழியன் குடுமி சும்மா ஆடாதே’ என்ற சந்தேகமும் இருந்தது. அதனால் எப்படியும் நம்மிடம் சொல்லித்தானே ஆகவேண்டும் என்று, நடக்கும் ஆடு, புலி ஆட்டத்தை வேடிக்கை பார்த்துக் கொண்டிருந்தனர்.

இதில் ஆடு. சதாம் உசேன். புலி.சொல்லவும் வேண்டுமோ? அமெரிக்காதான்.

•

டிசம்பர் 18, 2002.

ஜெர்மனியின் எம்.ஐ.6 பி.என்.டி. உளவுத்துறையின் தலைமை அலுவலகம். அதன் தலைவருக்கு சி.ஐ.ஏ.வின் டைரக்டர் ஜார்ஜ் டெனட்டிடம் இருந்து போன்.

'உங்களால் ஒரு அவசர உதவி ஆக வேண்டும்.'

'சொல்லுங்கள். கண்டிப்பாகச் செய்கிறேன்.'

'இன்னும் மூன்று நாளில் எங்கள் பிரசிடென்ட் ஜார்ஜ் புஷ்ஷிடம் எனக்கு அப்பாயின்மென்ட். ஈராக்கைப் பற்றிய முக்கிய விஷயங்களை விவாதிக்கிறோம். அதற்கு முன் கர்வ்பால், என்னென்ன சொன்னானோ அதையெல்லாம் டி.வி.யில் சொல்ல வேண்டும். அதற்கு நீங்கள் ஏற்பாடு செய்யுங்கள்.'

'சரி.' என்று சொல்லி போனை வைத்த ஜெர்மன் உளவுத்துறைத் தலைவர் டாக்டர் அகஸ்ட் ஹானிங், கர்வ்பாலை வரவழைத்து இதுகுறித்துப் பேசினார். இதைக் கேட்டவுடன் முகம் வெளிறிப்போன கர்வ்பால், 'முடியாது.' என்று மறுத்துவிட்டான். இதை அவர் ஏற்கெனவே எதிர்பார்த்திருந்ததால் பெரிய ஏமாற்றமாகத் தெரியவில்லை.

ஜெர்மனியில் இருந்து தகவல் எதுவும் வராததால், இருக்கிற விஷயத்தை வைத்தே மீட்டிங்கை ஒப்பேத்தி விடலாம் என்று நினைத்த சி.ஐ.ஏ.வின் டைரக்டர் ஜார்ஜ் டெனட்டுக்கு, அவர் வெள்ளை மாளிகைக்குச் செல்வதற்கு ஒருநாள் முன்னதாகவே அவர் கேட்டிருந்த தகவல்கள் கிடைத்தன, வேறு மாதிரியாக.

ஜெர்மன் புலனாய்வுத் தலைவர் டாக்டர் ஆகஸ்ட் ஹானிங், சி.ஐ.ஏ. இயக்குநருக்கு எழுதிய கடிதம் நேரடியாக அவரிடம் கொடுக்கப் பட்டது.

அதில், 'மை டியர் ஜார்ஜ். டி.வி.யில் தோன்றவோ சி.ஐ.ஏ. அதிகாரி களைச் சந்திக்கவோ கர்வ்பால் மறுத்து விட்டான். கர்வ்பால் சொன்னவையெல்லாம் நம்பும்படி இருந்தாலும், அவற்றை நிரூபிக்கும் ஆதாரம் எதுவும் இதுவரை கிடைக்கவில்லை. இதனால், கர்வ்பாலின் வாக்குமூலம் நிரூபிக்கப்படவில்லை என்று தான் நாம் எடுத்துக்கொள்ள வேண்டும்' என்று ஹானிங் எழுதியிருந்தார். ஆனாலும், இந்தக் கடிதத்தை சி.ஐ.ஏ. கண்டுகொள்ளவில்லை.

அடுத்தநாள், அதாவது டிசம்பர் 21ஆம் தேதி அமெரிக்க அதிபர் புஷ்ஷை சந்தித்து டெனட் பேசினார். மூடிய அறையில் நடந்த இந்தப் பேச்சில் என்ன முடிவெடுக்கப்பட்டதோ?

ஆனால், மறுநாளிலிருந்து சில காரியங்கள் துரிதமாக நடந்தன. சதாம் உசேன் உயிரியல் ஆயுதங்களை வைத்திருப்பதை ஐ.நா.வில் விளக்கமாக எடுத்துக்கூறி, அதன் ஒப்புதலுடன் சதாம் உசேனைக் 'காலி' பண்ணும் வேலைகள் மடமடவென நடந்தன.

இதற்கான ஆதாரங்களை முழுமைப்படுத்தச் சொல்லி, சி.ஐ.ஏ.வுக்குக் கட்டளை பிறப்பிக்கப்பட்டது. அமெரிக்க வெளியுறவுத்துறையின் செயலர் காலின் பவலின் தனிச்செயலர் லாரன்ஸ் விக்கர்ஸன் சி.ஐ.ஏ. தலைவரைச் சந்தித்து இதற்கான ஏற்பாடுகளைச் செய்யச் சொன்னார்.

ஜெர்மனியில் இருந்த கர்வ்பாலிடம் இருந்து, உயிரியல் பேரழிவு ஆயுதங்களைத் தயாரிக்கும் மொபைல் வாகனத்தின் மாதிரி வரைபடங்களை ஜெர்மனி உளவுத்துறையின் மூலம் சி.ஐ.ஏ. பெற்றது.

ஆனால், இந்த மொபைல் வாகனத்தின் வரைபடங்கள் சொல்லிக் கொள்கிற மாதிரி இல்லை. அதனால், நிபுணர்களை வைத்து இந்த மொபைல் வாகனத்தின் வரைபடங்களை சி.ஐ.ஏ. பக்கவாகத் தயார் செய்து கொண்டது.

இதோடு, பேரழிவு ஆயுதங்களை ஈராக் தயாரித்தது என்பதற்கான ஆதாரங்கள் அத்தனையையும் தயார் செய்தது சி.ஐ.ஏ. அவர்களிடம் இருந்த ஆதாரங்கள் அத்தனையும் வலிமையாக இருந்தன.

ஐ.நா.வில் காலின் பவல் பேசவேண்டிய பேச்சுகள், காண்பிக்க வேண்டிய விளக்கக் காட்சிகள் உட்பட அனைத்தையும் சி.ஐ.ஏ., பக்கவாகத் தயார் செய்து கொடுத்தது.

இந்த ஆதாரங்கள் குறித்து வெளியுறவுத்துறையின் செயலர் காலின்பவலிடம் சில அதிகாரிகள் கேட்டபோது, 'நான் அமெரிக்கப் புலனாய்வுக்குழுவின் தலைவர் இல்லை. நாங்கள் முழுக்க முழுக்க நம்பியிருக்கும் மத்திய புலனாய்வுக்குழு, எங்களிடம் தகவல் அறிக்கைகளையும் ஆதாரங்களையும் தருகிறது. நம்பித்தானே ஆக வேண்டும்?' என்று கூறினார் சிரித்தபடி.

•

பிப்ரவரி 5, 2003.

அமெரிக்க மற்றும் ஈராக் வரலாற்றில் ஒரு முக்கியமான நாள்.

'சதாம் உசேன் உயிரியல் ஆயுதங்களை வைத்திருக்கிறார்.' என்று காலின் பவல் உலகத்திற்கு அறிவித்த நாள்.

ஈராக்மீது போர் தொடுப்பதற்காக ஐ.நா.வின் அனுமதியைப் பெறும் பொருட்டு, ஐ.நா. பாதுகாப்புக்குழுவின் சிறப்புக்கூட்டத்தை

அமெரிக்கா கூட்டியது. அதில், ஈராக்மீது தாக்குதல் நடத்த வேண்டிய காரணங்களைப் பட்டியலிடுகிறார் காலின் பவல்.

உயிரியல் ஆயுத ஆய்வை நேரில் பார்த்த சாட்சியான கர்வ்பாலின் வாக்குமூலம், தொழிற்சாலையின் வரைபடம், நடமாடும் பயோகெமிஸ்ட்ரி ஆயுதங்களை ஆய்வு செய்யும் வாகனத்தின் வரைபடம் உட்பட பல முக்கிய ஆதாரங்களை ஐ.நா. பாதுகாப்புக் குழுவில் காலின் பவல் சமர்ப்பிக்கிறார்.

'எங்களுக்கு ஆதாரங்களைக் கொடுத்த கர்வ்பால், ரசாயன எஞ்சினியர். அந்த ஆய்வுக்கூடத்தில் மேற்பார்வை அதிகாரியாகப் பணிபுரிந்தவர். 1998ம் ஆண்டு இந்த ஆய்வுக்கூடத்தில் ஏற்பட்ட விபத்தில் 12 பேர் இறந்தனர். அந்த நேரத்தில் அவர் அங்கேதான் இருந்தார்.' என்று உறுதியாகப் பேசி ஆவணங்களைச் சமர்ப்பிக்கிறார்.

இதில் முக்கியமான விஷயம் என்னவென்றால், தங்கள் தரப்புக்கு வலுச்சேர்க்கும் வகையில், கர்வ்பால் சொல்லாத சில விஷயங் களையும் 'எக்ஸ்ட்ரா'வாகச் சேர்த்து அடித்துவிடுகிறார்.

இந்த ஆதாரங்களைக் காட்டி, ஐ.நா. பாதுகாப்புக்குழுவின் ஒப்புதலைக் கேட்டது அமெரிக்கா.

'ஒரு தனிநபரின் வாக்குமூலத்தை வைத்து, ஒரு நாட்டின்மீது போர் தொடுப்பது சரியல்ல. கர்வ்பாலின் வாக்குமூலத்தை நம்பக்கூடாது.' என்று பல நாடுகள் அந்தக் கூட்டத்தில் வலியுறுத்தின.

ஆனால், காலின்பவல், 'எங்களுடைய 'சோர்ஸ்' சொல்வது முற்றிலும் உண்மை. இது குறித்து நாங்கள் முற்றிலும் ஆராய்ந்துவிட்டோம். எல்லாமே உண்மை!' என்று அடித்துப் பேசினார்.

கர்வ்பாலை முன்னிறுத்தி ஈராக்கின் மீதான போரை ஆரம்பித்தது அமெரிக்கா. போரை நடத்த ஐ.நா. பாதுகாப்புக்குழு அனுமதி கொடுத்தது. ஆனால், அமெரிக்காவின் போர் வேகத்துக்கு ஒரு முட்டுக் கட்டை ஏற்பட்டது.

அந்த முட்டுக்கட்டை, ஈராக்கில் இருந்த ஐ.நா. ஆய்வாளர் ஜிம் கொர்கொரன் ரூபத்தில் வந்தது.

•

குவைத் போரின்போது ஈராக்குக்கு ஐ.நா. போட்ட ஒன்பது ஒப்பந்தங்களில், ஐ.நா. பார்வையாளர் ஒருவர் ஈராக்கில் இருந்து கண்காணிப்பார் என்பதும் ஒன்று. அதற்காக நியமிக்கப்பட்டவர்தான் ஜிம் கொர்கொரன்.

உயிரியல் ஆயுதங்களை ஈராக் தயாரிப்பதாகத் தன்னிடம் அமெரிக்கா கொடுத்த ஆதாரங்களை, ஜிம் கொர்கொரனுக்கு அனுப்பிய ஐ.நா., 'இதப்பத்திக் கொஞ்சம் விசாரிச்சு சொல்லுப்பா.' என்று கேட்டுக் கொண்டது.

அவரும் நேரில் சென்று விசாரித்துவிட்டு, 'விதைச் சுத்திகரிப்பு நிலையம் என்று சொல்லப்படும் ரகசிய இடத்தில், உயிரியல் ஆயுதங்களைத் தயாரிக்கும் மொபைல் வாகனம் ஒரு வழியாக வந்து இன்னொரு வழியாகப் போய்விடும் என்று கர்வ்பால் சொன்னது முற்றிலும் பொய். சுற்றிலும் சுவர்தான் இருக்கிறது. வழியே இல்லை.' என்று அடித்துச் சொல்லி விட்டார்.

ஆனாலும், ஐ.நா. மீண்டும் கொடுத்த பிரஷரால், சில விஞ்ஞானிகளை அனுப்பி அந்தத் தொழிற்சாலையில் மண் உள்ளிட்ட பல பொருள்களை ஆராய்ந்துவிட்டு, 'உயிரியல் ஆயுதங்களைத் தயாரித்ததற்கான சான்றுகளே இல்லை.' என்று தகவல் அனுப்பிவிட்டார் ஜிம் கொர்கொரன்.

ஆனால், அவர் சொன்ன உண்மைகளால்கூட, அமெரிக்காவின் பிடிவாதத்தைத் தளர்த்த முடியவில்லை. மூன்று வாரங்கள் கழித்து, அதாவது 2003ம் ஆண்டு மார்ச் மாதம் ஐ.நா.வின் ஒப்புதலோடு, ஈராக்மீது அமெரிக்கா போர் தொடுக்கிறது. அந்தப் போரில் ஈராக்கே சின்னபின்னமானது.

பதுங்கு குழியில் ஒளிந்திருந்த சதாம் உசேனைப் பிடித்துத் தூக்கில் போட்டது அமெரிக்கா.

•

அமெரிக்க ராணுவம் ஈராக்கைக் கைப்பற்றியவுடன் செய்த முதல் காரியம், உயிரியல் ஆயுதம் தயாரித்ததற்கான ஆதாரங்களைத் தேடியது தான். ஈராக் முழுவதும் சல்லடை போட்டுத் தேடியும், அந்த ஆயுதங் களைத் தயாரித்த தொழிற்சாலையையோ, மொபைல் வாகனத்தையோ கண்டுபிடிக்க முடியவில்லை. அப்படியொரு வாகனம் இருந்ததற்கான தடயமே இல்லை.

கர்வ்பாலின் மீதான நம்பிக்கை ஆட்டம் கண்டது. அவனைப் பற்றிய விஷயங்களைத் தோண்டத் தொடங்கியது சி.ஐ.ஏ.

•

ஜெர்மனின் கார்ல்சியோ நகரில் சிறிய குடியிருப்பு. ஈராக்கில் அமெரிக்கப் படைகளின் 'ஆட்டத்தை' டி.வி.யில், தன் மனைவியுடன் பார்த்துக் கொண்டிருந்தான் கர்வ்பால்.

2003ம் ஆண்டு பிப்ரவரியில் ஐ.நா. சபையில், ஈராக் உயிரியல் ஆயுதங்களைத் தயாரித்து வருவதை நேரில் பார்த்த சாட்சியான கர்வ்பால் குறித்தும், ஈராக்மீது போர் தொடுக்கவேண்டிய அவசியம் குறித்தும், அமெரிக்க வெளியுறவுத்துறையின் செயலர் காலின் பவல் விவரித்துக்கொண்டிருந்ததைப் பார்த்து, தான் சிரித்துக்கொண்டது அவனுக்கு நினைவுக்கு வந்தது.

தன்னை முன்னிறுத்தி அமெரிக்காவின் ஆட்டம் தொடங்கிவிட்டதை யும், அந்த ஆட்டம் முடிவுக்கு வரும்போது, அவர்களின் பார்வை தன் மீது திரும்பும் என்பதையும் நினைத்து, தான் கலக்கம் கொண்டதை இப்போதும் நினைத்துப் பார்த்தான்.

சிகரெட்டைப் புகைத்தபடியும் நடுக்கம் கலந்த பயத்துடனும் கழித்த உறக்கமில்லா இரவுகள், அந்தக் கடினமான சூழ்நிலையில் அவனுடைய நினைவுக்கு வந்தன.

எந்த நாளை எதிர்நோக்கி இருந்தானோ அந்த நாள் வர ரொம்பக்காலம் ஆகவில்லை. 'இதோடு ஈராக்கில் அமெரிக்காவின் ஆட்டம் முடிந்து விட்டது. அடுத்த ஆட்டம் நம்மை நோக்கித்தான்.' என்று தனக்குள் சொல்லிக் கொண்டான். எல்லாவற்றுக்கும் தன்னைத் தயார்ப்படுத்திக் கொண்டு காத்திருந்தான்.

●

ஈராக்கில் உயிரியல் ஆயுதங்கள் இல்லை என்றவுடன் கர்வ்பால்மீது நேட்டோ படையின் பார்வை திரும்பியது. அவனைப் பற்றிய விஷயங்கள் தோண்டி எடுக்கப்பட்டன. அவன் பல்கலைக்கழகத்தில் சுமாரான மாணவன் என்பது அவன் மதிப்பெண்களில் இருந்து தெரிய வந்தது. அதுவும் அந்த மதிப்பெண்கள் ரசாயனத்துறையில் இல்லை.

அதுமட்டுமல்ல, உயிரியல் ஆயுதங்களைத் தயாரிக்குமிடம் என்று கர்வ்பால் சொன்ன, விதைச் சுத்திகரிப்பு நிலையம் கட்டப்பட்டபோது மேற்பார்வையாளனாக இருந்திருக்கிறான்; அவ்வளவுதான்.

இந்த விதைச் சுத்திகரிப்பு நிலையம் கட்டி முடிக்கப்பட்ட சில மாதங்களில், சரியாகச் சொல்ல வேண்டும் என்றால், 1995ம் ஆண்டே ஈராக்கைவிட்டு வெளியேறி இருக்கிறான் கர்வ்பால்.

ஆரம்பக்கட்ட தகவல்களே சி.ஐ.ஏ.வுக்கு அதிர்ச்சியை ஏற்படுத்தின. இந்நிலையில், அவனைப் பற்றிய முழு விவரங்களையும் தோண்டத்தோண்ட அதிர்ச்சிக்கு மேல் அதிர்ச்சியில் ஆழ்ந்தது சி.ஐ.ஏ.

●

ஈராக்கின் பாபெல் டி.வி.யில் வேலை பார்த்த கர்வ்பால், அங்கிருந்து விலையுயர்ந்த சில கருவிகளைத் திருடியதாகக் குற்றம் சாட்டப் பட்டான். அது, சதாம் உசேனின் மகனின் டி.வி! சும்மா விடுவார்களா? அவனைத் தூக்கி 'உள்ளே' வைக்க முயன்றபோது, சதாம் மகனின் கை, காலில் விழுந்து, 'சுட்ட' பணத்தைத் தருவதாக ஒப்புக்கொண்டான்.

கொஞ்சநாள் நல்ல பிள்ளையாக இருந்த அவன், சுற்றுலா விசாவில் ஜோர்டன், எகிப்து, லிபியா, மொராக்கோ எனச் சுற்றிவிட்டு, 1999ம் ஆண்டு ஜெர்மனிக்குச் சென்றான்.

சதாமின் மகன் தன்னைத் தேடிக்கொண்டிருப்பதால், மீண்டும் ஈராக் செல்லாமல் ஜெர்மனியிலேயே அரசியல் தஞ்சம் புகுந்தான். ஜெர்மன் அகதிகள் அமைப்பு, அவனை நியூரம்பர்க் அருகிலுள்ள சிண்டோர்ஃப் அகதிகள் முகாமிற்கு அனுப்பியது.

அந்த அகதிகள் முகாமில் இருந்தபோதுதான், ஜெர்மன் உளவுத் துறையைத் தொடர்பு கொண்டு, 'உயிரியல் பேரழிவு ஆயுதங்களைப் பற்றிய தகவல்களை' அவர்களிடம் கூறினான்.

இத்தனை விஷயங்களும், 2004ம் ஆண்டு மார்ச் மாதம் ஜெர்மன் முனிச் நகரில், சி.ஐ.ஏ. அதிகாரிகள் நேரடியாகக் கர்வ்பாலிடம் விசாரித்த போதுதான் தெரிய வந்தது.

2004 மே மாதம் ஈராக் ஆக்கிரமிப்புத் தொடங்கி ஓராண்டு நெருங்கும் நிலையில், அதாவது 2005 மார்ச் 31இல், கர்வ்பாலின் தகவல்கள் அனைத்தும் ஜோடிக்கப்பட்டவை என்பது வெட்டவெளிச்சமாகியது.

'கர்வ்பால் சொன்ன எந்தத் தகவலும் உண்மையில்லை. அதனால், அவனது வாக்குமூலத்தை முற்றிலுமாகப் புறக்கணித்துவிடலாம். ஜெர்மன் உளவுத்துறையினர் கூடக் கர்வ்பாலை 'கட்டுப்பாடுகளை இழந்த பைத்தியமாகப்' பார்க்கிறார்கள்' என்று அமெரிக்க அரசுக்குக் குறிப்பொன்றை எழுதி அனுப்பியதோடு தன் கடமையை முடித்துக் கொண்டது சி.ஐ.ஏ.

ஒரு சாதாரண எஞ்சினியரின் பொய்யான பேச்சை நம்பி, ஐ.நா. பாதுகாப்புக்குழுவில் அடித்துப் பேசிய காலின் பவல் அவமானம் அடைந்தார்; அல்லது அவமானம் அடைந்தது மாதிரி 'ஃபீல்' செய்தார்.

இந்த இடத்தில் ஒரு கேள்வி எழும்.

உலகையே ஆட்டி வைக்கும் சி.ஐ.ஏ.வுக்கு, ஒரு சாதாரண மனிதன் பொய் சொல்லி இருக்கிறான் என்பதைக் கண்டுபிடிக்க முடியாதா என்ன? கண்டிப்பாக முடியும்! பிறகு ஏன் இவ்வளவு களேபரங்கள்?

கர்வ்பாலின் பெயரைச் சொல்லி ஐ.நா.வில் அனுமதி பெற்று, ஈராக்மீது போர் தொடுத்து அதை ஒன்றுமில்லாமல் செய்தது ஏன்?

கர்வ்பாலை நம்ப வேண்டாம் என்று எத்தனையோ பேர்கள் சொன்னார்கள்! ஜெர்மன் மற்றும் பிரிட்டிஷ் உளவுத்துறையினர் மட்டுமல்ல, சி.ஐ.ஏ.வின் இரண்டாம் கட்ட அதிகாரிகள் சிலர் சொல்லியும் கூட, அமெரிக்காவும், சி.ஐ.ஏ.வின் தலைமையும் கர்வ்பாலைக் கண்மூடித்தனமாக நம்பியது ஏன்?

அதுமட்டுமா, ஈராக்கில் உள்ள ஐ.நா. ஆய்வாளர் ஜிம் கொர்கொரனும், கர்வ்பால் சொன்னதற்கு ஆதாரம் இல்லை என்று கூறியிருந்தாரே!

இத்தனை விஷயங்கள் கர்வ்பாலுக்கு எதிராக இருந்தும் அமெரிக்கா அவனை நம்பியது ஏன்?

உளவுத்துறையிடம் சாதாரணப் பொய்யைச் சொன்னாலே ஒருவரின் கதி என்னவாகும் என்பது எல்லோருக்கும் தெரியும்! ஆனால், ஒரு நாட்டையே அழித்துவிட்ட பொய்யைச் சொன்ன கர்வ்பால் என்ற ரஃபீத் அல்வான் அல் ஜனாபியைச் சி.ஐ.ஏ. அப்படியே விட்டு வைத்ததன் மர்மம் என்ன?

உண்மையைச் சொல்லப்போனால், சி.ஐ.ஏ.க்குக்கூட ரஃபீத் அல்வான் அல் ஜனாபி மீது சுத்தமாக நம்பிக்கையில்லை. அவனுடைய 'கதை'யில் நிறைய முரண்பாடுகள் இருந்ததும் சி.ஐ.ஏ.வுக்குத் தெரியும்! இருந்தும் ஏன் அவனை நம்பியது?

காரணம் இருந்தது!

•

அமெரிக்க வெளியுறவுக் கொள்கைக்குத் தடைக்கல்லாக இருக்கிறது என்று கருதப்படும் எந்த நாட்டிலும் 'ஆட்சி மாற்றத்தை' உருவாக்குவதுதான் அமெரிக்காவின் கொள்கை.

அப்படியொரு ஆட்சி மாற்றத்தை ஏற்படுத்த அமெரிக்கா 'புள்ளி' வைத்த நாடுதான் ஈராக்.

உண்மையைச் சொல்லப்போனால், அமெரிக்காவுக்குக் கர்வ்பால் என்ற ரஃபீத் அல்வான் அல் ஜனாபியின் மேல் கொஞ்சம் கூட நம்பிக்கையில்லை.

ஆனால், அப்போது அமெரிக்காவின் தேவை, தங்களுக்கு அடங்காமல் முரண்டு பிடித்துக்கொண்டிருந்த சதாம் உசேனைப் போட்டுத்தள்ள வேண்டும். அமெரிக்காவுக்குச் சேவகம் செய்யும் தலையாட்டிப் பொம்மை ஒருவரை அங்கே உட்கார வைக்க வேண்டும்.

சதாம் உசேனை அப்புறப்படுத்தும் திட்டத்துக்கு 'ஸ்மோக்கிங் கன்' என்று பெயர் சூட்டிவிட்டு அதற்கான நேரத்தை எதிர்பார்த்துக் காத்திருந்தபோதுதான், ஜெர்மன் உளவுத்துறையிடம் அல் ஜனாபி (இனி அப்படியே அழைப்போம்) கொடுத்த வாக்குமூலம் உற்சாகத்தைக் கொடுத்தது. அதனால், அல் ஜனாபியின் 'உயிரியல் ஆயுதங்கள்' வாக்குமூலத்தை நம்பியதாக அமெரிக்கா நடித்தது என்று சொன்னால் மிகப் பொருத்தமாக இருக்கும்.

'அல் ஜனாபி சொல்வது பொய் என்பது எல்லோருக்கும் தெரியும். எல்லோருமே உண்மையென்று நம்புவது போல நடித்தனர்.' என்கிறார்கள் அப்போது ஆபரேஷன் 'ஸ்மோக்கிங் கன்' திட்டத்துக்காக வேலை பார்த்தவர்கள்.

'சம்பந்தப்பட்ட அனைவருக்குமே என்ன நடக்கிறது என்பதைப் பற்றித் தெரியும்.' என்று சொல்லிவிட்டுச் சிரிக்கிறார், சி.ஐ.ஏ. ஐரோப்பிய பிரிவின் முன்னாள் தலைவர் டைலர் ட்ரம் ஹெல்லர்.

•

அல் ஜனாபி ஏன் இப்படிச் செய்தான்? எதற்காக ஒரு பொய்யான தகவலைச் சொல்லி ஒரு நாடே, அதுவும் சொந்த நாடே சின்னாபின்ன மாகக் காரணமாக அமைந்தான்?

'ஜெர்மனியில் குடியுரிமை பெற விரும்பிய அல் ஜனாபி, அதற்காகத் தேர்ந்தெடுத்த கதைதான் உயிரியல் ஆயுதத் தயாரிப்பு. தன் எண்ணத்தை நிறைவேற்ற, கிடைத்த அனைத்தையும் பயன்படுத்திக்கொண்டான். அதற்காகப் பல அரசுகளோடு விளையாடியிருக்கிறான்.' என்கிறார், முன்னாள் சி.ஐ.ஏ. அதிகாரியான டைலர் ட்ரம் ஹெல்லர்.

ஆம். அதுதான் உண்மை. அகதிகளுடன் அகதியாகத் தங்கியிருக்க அல் ஜனாபிக்குப் பிடிக்கவில்லை. ராஜமரியாதையுடன் வாழ வேண்டும் என்று நினைத்தவன், 'உயிரியல் ஆயுத விவகாரக் கதையைப் பிடித்துக் கொண்டான்.

அவன் நினைத்ததுபோல்தான் எல்லாமே நடந்தன. ஆனால், அல் ஜனாபி கூறிய அனைத்தும் பொய்யெனக் கண்டுபிடிக்கப்பட்ட பிறகு அவனுக்கு வழங்கப்பட்ட அத்தனை வசதிகளையும் ஜெர்மன் உளவுத்துறை பறித்துக்கொண்டது வேறு கதை.

•

தனி மனிதன் ஒருவனின் பேச்சை நம்பி ஒரு நாட்டின்மீது போர் நடத்தியது குறித்த விவாதங்கள் உச்சக்கட்டத்தை அடைந்ததால்,

இதுகுறித்து விசாரணை நடத்த, 2005ம் ஆண்டு மார்ச் 31ஆம் தேதி விசாரணைக்குழு அமைக்கப்பட்டது.

ஐ.நா.வில் அமெரிக்கா, யாரை நம்பகமானவர், உண்மையானவர், நல்லவர், வல்லவர் என்று புகழ் பாடியதோ, யாரை முன்னிறுத்தி ஈராக் போரை நடத்தி, சதாம் உசேனைக் காலி செய்ததோ, அப்படிப்பட்ட அல் ஜனாபிக்குப் 'பைத்தியம், குடிகாரன்' என்ற பட்டங்களைக் கட்டியது அமெரிக்காவின் விசாரணைக்குழு.

இந்த விசாரணைக்குழுவின் அறிக்கையை ஜார்ஜ் புஷ் (சீனியர்) வெளியிட்டார்.

அதில், 'ஜெர்மன் உளவுப் பிரிவினர் அவரைக் 'கட்டுப்பாடுகளை இழந்த பைத்தியமாகப்' பார்க்கிறார்கள். அல் ஜனாபியின் நெருங்கிய நண்பர், 'அவர் ஒரு பிறவிப் பொய்யர்' என்று சொல்லியிருக்கிறார். அமெரிக்க பாதுகாப்புத்துறையில் பணிபுரியும் விஞ்ஞானி ஒருவர், ஜெர்மனுக்குச் சென்று அல் ஜனாபியிடம் மேற்கொண்ட ரத்தப் பரிசோதனைகளில் அவர் 'குடிகாரர்' என்றும் கண்டுபிடிக்கப் பட்டுள்ளது' என்று குறிப்பிட்ட ஜார்ஜ் புஷ், 'ஆனால், இவற்றை ஊர்ஜிதப்படுத்தும் எந்த ஆதாரமும் தெளிவாக இல்லையென்று விசாரணைக்குழு கூறியுள்ளது' என்று ஒரே போடாகப் போட்டுவிட்டார்.

இந்த விவகாரங்களுக்குப் பிறகு அல் ஜனாபி எங்கிருக்கிறான், என்ன செய்கிறான் என்ற தகவல்களை மீடியாக்கள் தேடி வந்தன. ஆனால், அவன் சுவடே இல்லாமல் மறைந்துவிட்டான்.

2010ம் ஆண்டு ஏப்ரல் 21ஆம் தேதி, 'உலகத்தைப் போருக்குள் தள்ளிய ஒரு மனிதனின் பொய்' என்ற பெயரில் டேனிஷ் அரசால் வெளியிடப் பட்ட ஆவணப்படத்தில், 'கர்வ்பால் என்ற அல் ஜனாபி இன்னும் ஜெர்மனில் அந்த அரசின் பாதுகாப்பில் இருப்பதாகத் தெரிவித்தது.'

ஜனசந்தடிமிக்க சாலைகளில் அல் ஜனாபி நடப்பதுபோலவும், ஷாப்பிங் செய்வதுபோலவும், சில பேரிடம் பேசிக்கொண்டிருப்பது போலவும் எடுக்கப்பட்ட காட்சிகளை ஒளிபரப்பியது.

தன்னை வீடியோ எடுப்பதைப் பார்த்து அவன் காவலாளிகளை அழைத்துத் தடுக்குமுன் அந்தக் காட்சிகள் பதிவாகி விட்டன. அந்தக் காட்சியும் காட்டப்பட்டது.

•

அப்படி இப்படி என்று ஒரு வழியாகச் சில மீடியாக்கள் அல் ஜனாபியைப் பிடித்துப் பேட்டியும் வாங்கி விட்டன. இதற்கு ஜெர்மன் உளவுத்துறையே ஏற்பாடு செய்ததாகக் கூறப்படுகிறது.

கர்வ் பால் என்ற அல் ஜனாபியின் பேட்டியைப் பார்ப்போம்.

கே: உண்மையைச் சொல்லுங்கள். நீங்கள் எங்கே வேலை பார்த்தீர்கள்?

அல் ஜனாபி: ஈராக் விதைத் தொழிற்சாலையில் நான் ஒரு ப்ராஜக்ட்க்காக ஏழிலிருந்து எட்டு மாதங்கள்வரை இருந்தேன். அந்த ப்ராஜக்ட், விதைகள் சுத்திகரிப்பு சம்பந்தப்பட்டது. அதற்கு மேற்பார்வையாளனாக இருந்தேன்.

கே: ஐ.நா.வில் காலின் பவல் வெளியிட்ட மொபைல் ஆயுத தொழிற்சாலை குறித்த வரைபடங்கள் நீங்கள் வரைந்து கொடுத்த வையா?

அல் ஜனாபி: மொபைல் ஆயுத வாகனங்களை உருவாக்கச் சில பிரிவுகள் உள்ளன என்று உளவுத்துறையிடம் சொன்னேன். அவர்கள் என்னிடம் அதைப்பற்றிய வரைபடங்களைக் கேட்டனர். நான் அதைச் செய்யும் அளவுக்கு அந்தத் துறையில் நிபுணத்துவம் பெற்றிருப்பதாகத் தெரிவிக்கவேயில்லை.

கே: நீங்கள் உயிரியல் ஆயுத உருவாக்கத்தில் இருந்ததாகக் காலின் பவல் தெரிவித்திருக்கிறார். அது உண்மையா?

அல் ஜனாபி: உண்மையில்லை.

கே: 1998இல் நடந்த விபத்தில் ஆயுத உருவாக்கத்தில் இருந்த 12 பேர் உயிரிழந்தபோது அங்கு இருந்தீர்களா?

அல் ஜனாபி: இல்லை.

கே: வரைபடங்களை நீங்கள் தந்ததாகவும் அதற்கான திட்டங்களை வகுத்ததாகவும் காலின் பவல் கூறியவை உண்மையா?

அல் ஜனாபி: உண்மையில்லை.

கே: பின்னே, எதுதான் உண்மை?

அல் ஜனாபி: ஒன்றே ஒன்று மட்டும். என் பெயர் மட்டும் உண்மை. ரஃபீத் அல்வான் அல் ஜனாபி.

கே: பிறகு, மற்றவை எல்லாம் பொய்யா?

அல் ஜனாபி: ஆமாம்.

கே: எதற்காக இத்தனை பொய்? எதற்காக இந்தப் பொய்யான வேடம்?

அல் ஜனாபி: சதாம் உசேனின் கொடுங்கோல் ஆட்சி எனக்குப் பிடிக்கவில்லை. சதாமிடம் சிக்கி மக்கள் படாதபாடுபட்டார்கள். அவர்களை மீட்கத்தான் நான் இப்படிச் செய்தேன்.

கே: நீங்கள் செய்தது தவறு என்று என்றாவது உணர்ந்திருக்கிறீர்களா?

அல்ஜனாபி: நான் உண்மையாகவே சொல்கிறேன். ஜெர்மனின் உளவுத்துறையான பி.என்.டி. என்னிடமிருந்து வீடு, மொபைல் என எல்லாவற்றையும் பிடுங்கிவிட்டது. நான் இக்கட்டான நிலையில் இருக்கிறேன். இப்போதும் நான் செய்தது சரி என்று நினைக்கிறேன். ஆனால், ஈராக்கில் அமைதியையும் சுதந்திரத்தையும் கொண்டுவர இந்த வழியைத் தவிர வேறு வழியே இல்லை.

எங்கள் மண்ணில் சதாம் சுதந்திரத்தைத் தரவில்லை. இதை, என்னால் ஏற்றுக்கொள்ள முடியவில்லை. என் நாட்டிற்காக எதாவது செய்ய வேண்டுமென்று நினைத்தேன். செய்தேன். இப்போது திருப்திதான் எனக்கு.

நான் செய்தது சரிதான் என்பதை எப்போதும் என்னால் உறுதியாகச் சொல்ல முடியும். ஏனென்றால், மக்கள் நலனை விரும்பாத சர்வாதிகார அரசு என் நாட்டில் இருப்பதை நான் விரும்பவில்லை.

இந்தப் பேட்டியை முடித்தபோது, லட்சக்கணக்கான அப்பாவி மக்களின் புன்னகை தொலையக் காரணமான ரஃபீத் அல்வான் அல் ஜனாபியின் முகம், புன்னகையால் நிரம்பி இருந்தது.

ஒவ்வொரு மனிதனுக்கும் தான் செய்தது சரி என்ற எண்ணம் இருக்கும். அல் ஜனாபிக்கும் அப்படித்தான் இருந்தது.

அமெரிக்க படையெடுப்பு, ஈராக்கைத் தற்போது ஒரு நிலையற்ற நாடாக மாற்றியிருக்கிறது. டி.வி.யைப் போட்டால், பேப்பரைத் திறந்தால் குண்டு வெடிப்புகளும், தற்கொலைப் படைத் தாக்குதல்களும், துப்பாக்கிச் சூடுகளும் தினம் தினம் ஈராக்கில் சர்வசாதாரணமாக நடந்துகொண்டிருக்கின்றன.

ஆனாலும், தான் செய்தது தவறு என்று அல் ஜனாபி கடைசிவரை ஒத்துக்கொள்ளவே இல்லை.

●●●

10

கிணறு வெட்டக் கிடைத்த ராட்சஸ உடல் ரகசியம்!

ஜார்ஜ் ஹல்லின் அதிரடி ஆட்டம்

வருடம் 1869, அக்டோபர் 16.

அமெரிக்காவின் நியூ யார்க் நகரத்தில் உள்ள கார்டிஃப் பகுதியிலுள்ள ஒரு தோட்டத்தில் இரண்டு வேலையாட்கள் கிணறு தோண்டிக்கொண்டிருந்தனர். அவர்களை அதட்டி வேலைவாங்கிக் கொண்டிருந்தார், அந்தத் தோட்டத்துக்குச் சொந்தக்காரரான வில்லியம் சி நெவல்.

'என்ன பண்றது? இந்தத் தோட்டத்துல இருந்த பழைய கிணத்துல இருக்கிற தண்ணீர் போதல. காய்கறிச் செடிகளெல்லாம் தண்ணி பத்தாம கருகுது. அதுக்குத்தான் இந்தப் புதுக்கிணறு.' என்று தன் பக்கத்தில் நின்று கொண்டிருந்த நண்பரிடம் சொல்லிக் கொண்டிருந்தார் நெவல்.

கிடோன் எம்மன்ஸ், ஹென்றி நிக்கொல்ஸ் என்ற அந்த இரண்டு வேலைக்காரர்களும் வியர்க்க வியர்க்கத் தோண்டிக்கொண்டிருந்தபோது, கடப்பாரை ஏதோ பாறையில் மோதியதைப்போல 'கிளாங்' எனச் சப்தம் கேட்டது.

'பாறை இருக்கு சார். இனிமே பள்ளம் தோண்ட முடியாதுன்னு நினைக்கிறேன்.' - ஹென்றி.

'ஆரம்பத்துலேயே அபசகுனமா பேசாத. கையை வச்சுப் பாரு.' - நெவல்.

எஜமானனின் உத்தரவுக்குப் பணிந்த ஹென்றி, சப்தம் வந்த இடத்தில் கையை வைத்துத் துழாவினான். பாறையைப் போல ஏதோ கடினமாகத் தட்டுப்படவே, மண்ணை விலக்கிப் பார்த்தான்.

'சார். ஒரு கை சார்! ஏதோ பாறையால செஞ்ச கை மாதிரி இருக்கு!' என்று கத்தினான் ஹென்றி.

'கையா? என்னய்யா சொல்ற?' என்று அதிர்ச்சியில் கத்திய நெவல், மேலும் சிலரை வரவழைத்து அந்த இடத்தைத் தோண்டச் செய்தார். பாறையைப்போல் தெரிந்த கையைச் சுற்றி மெதுவாகத் தோண்டத் தோண்ட, ராட்சஸ உருவம் ஒன்று கொஞ்சம் கொஞ்சமாக வெளிப்பட்டது.

அந்த உருவத்தை முழுதாக எடுத்துப் பார்த்தபோது, 10 அடி நீளமுள்ள ராட்சஸனைப்போல, 'ஜெயிண்ட்' (Giant) என்று அழைக்கப்படுகிற உறைந்துபோன மனித உருவமாக அது இருந்தது. அதைப் பார்த்து எல்லோரும் அப்படியே உறைந்துபோய் நின்றுவிட்டனர்.

முதலில் சுதாரித்துக் கொண்டது ஹென்றிதான்.

'சார். இந்த ஏரியாவுலதான் ரொம்பக் காலத்துக்கு முன்னால வயதான ஒரு இந்தியரைப் புதைச்சதா எங்க தாத்தா சொல்வாரு சார்! அந்த இந்தியன் ராட்சஸனைப்போல இருப்பாருன்னு சொன்னாரு. அப்ப நான் நல்லா கதை வுடுறாரு பாருன்னு சொல்லிச் சிரிப்பேன். கதையில்ல சார். அது உண்மையாடுச்சி பாருங்க சார்.' என்று சொல்லி விட்டுக் கை, கால் நடுங்க நின்றுகொண்டிருந்தான் ஹென்றி.

புராணக் கதைகளில் வரும் ராட்சஸ மனிதனின் உடல் உறைந்த நிலையில் கிடைத்திருக்கிறது என்ற தகவல் சுற்றுவட்டாரங்களில் பரவ அந்த நகரமே பரபரப்பில் ஆழ்ந்தது. இதற்குக் காரணம் இருக்கிறது.

கார்டிஃப் ஜெயிண்ட் என்பது அமெரிக்காவில் உள்ள பிரபல மர்மக் கதைகளில் ஒன்று. இந்தக் கதையில் ஒருகாலத்தில் பூமியில் வாழ்ந்ததாகக் கூறப்படும் ராட்சஸ உருவம் கொண்ட மனிதர்களைப் பற்றிக் கூறப்பட்டிருக்கிறது. மேலும், அவர்களின் சந்ததியினர் சிலர் இப்போதும் இருக்கிறார்கள். அவர்கள் எப்போதாவது வந்து மனிதர் களைத் தூக்கிச் சென்றுவிடுகிறார்கள் என்றெல்லாம் சொல்லப் பட்டிருக்கிறது.

அப்படிப்பட்ட ராட்சஸ உருவம் உறைந்த நிலையில் கிடைத்திருக்கிறது என்றால் பரபரப்புக்குப் பஞ்சம் இருக்குமா என்ன?

இந்த விஷயம் காட்டுத்தீயைப் போலப் பரவியது. கார்டிஃப் பகுதியின் சுற்று வட்டாரத்தில் இருப்பவர்கள் மட்டுமல்ல, பக்கத்து நகரத்தில் இருப்பவர்கள்கூட, நம்மூர்த் திருவிழாவுக்கு வரும் கூட்டத்தைப்போல, வண்டிகளைக் கட்டிக்கொண்டு கூட்டம் கூட்டமாக வரத் தொடங்கி விட்டனர்.

பொழைக்கத் தெரிஞ்ச பிள்ளையாச்சே நெவல். கிடைச்ச சான்சை விடுவாரா? தன் தோட்டத்தில் அந்த ஜெயிண்ட்டைச் சுற்றிக் கூடாரத்தைப் போட்டு மூடிவிட்டார்.

ஜெயிண்ட்டைப் பார்க்கணும்ன்னா 25 சென்ட் கொடுக்கணும்ன்னு சொல்ல, மக்கள் வரிசையில் நின்று பணத்தைக் கொடுத்து, அந்த மனிதனைப் பார்த்துவிட்டுச் சென்றனர்.

நாளுக்கு நாள் மக்கள் கூட்டம் பெருகவே, 25 சென்ட் என்றிருந்த கட்டணத்தை 50 சென்ட் என்று உயர்த்திவிட்டார் நெவல். அப்படியும் மக்கள் கூட்டம் அடங்கவில்லை. அந்த இடம் திடீர்ச் சுற்றுலாத் தலமாக மாறிவிட்டது. ஆங்காங்கே கடைகளும் முளைத்து விட்டன.

அந்த மனிதனின் உடலை வைத்து ஜெகஜோதியாய்க் காசு பார்த்துக் கொண்டிருந்தார் நெவல். அதற்குச் சிக்கலை ஏற்படுத்த 'ஓலை' யொன்று வந்தது.

'உறைந்த ராட்சஸ மனிதனின் உடலை ஆராய்ச்சி செய்ய ஆய்வாளர்கள் வந்துகொண்டிருக்கிறார்கள். அவர்களுக்குத் தேவையான ஒத்துழைப்பைக் கொடுக்கவேண்டும்' என்று அரசிடமிருந்து நெவலுக்குக் கடிதம் வந்தது. இந்தக் கடிதத்தைப் பார்த்துத் தலையில் கை வைத்து உட்கார்ந்து விட்டார் நெவல்.

'ஜெயிண்ட்டை வைத்து நாலு காசு பார்ப்பது, இந்த அரசாங்கத்துக்குப் பொறுக்காதே.' என்று புலம்பித் தள்ளிவிட்டார்.

கடிதத்தில் சொல்லியபடியே சொன்ன நேரத்துக்கு, ஆராய்ச்சியாளர்கள் பெரிய படையோடு வந்து விட்டார்கள். அந்தக் குழுவின் தலைவர் நெவலை அழைத்தார். 'ஏம்ப்பா. இந்த ஜெயிண்ட் எப்படிக் கிடைத்தது? முதல் நாள்ல இருந்து நடந்தது எல்லாத்தையும் சொல்லு.' என்றார், தன் அதிகாரக் குரலில்.

நெவலும் ஆதி முதல் அந்தம் வரை எல்லாவற்றையும் கூறினார். அவர் சொன்னதைக் கிணறு தோண்டிய கிடோன் எம்மன்ஸூம், ஹென்றி நிக்கொல்ஸூம் ஆமோதித்தார்கள்.

'சரி. இந்த ஜெயிண்ட்டை நாங்க ஆராய்ச்சி செய்யணும். கொஞ்ச நாளைக்கு யாரும் டிஸ்டர்ப் பண்ணாதீங்க.' - ஆராய்ச்சிக்குழுவின் தலைவர் சொல்லவும் நெவல் தலையாட்டினார்.

ஆனால், அவர் சொன்னபடி, அந்த ஜெயிண்ட்டை ஆராய்ச்சி செய்ய ரொம்ப நாளெல்லாம் ஆகவில்லை. இரண்டே நாளில் கண்டுபிடித்து விட்டார்கள், அது போலி என்று.

'திரு. நெவலின் தோட்டத்தில் கண்டெடுக்கப்பட்டது உண்மையான ஜெயிண்ட் அல்ல. அது போலியாக உருவாக்கப்பட்டது. நாங்கள் வந்த வேலை முடிந்துவிட்டதால் கிளம்புகிறோம்' என்று அரசாங்கத்துக்கு முறைப்படி அறிவித்துவிட்டு அவர்கள் கிளம்பினர்.

அப்போது, 'இந்த ஜெயிண்ட் போலி என்றால், அது யாரால் உருவாக்கப் பட்டது என்பதைக் கண்டுபிடிக்க வேண்டாமா?' என்று ஆராய்ச்சிக் குழுவின் தலைவரிடம் இளம் ஆராய்ச்சியாளன் ஒருவன் கேட்டான்.

'அது நம்ம வேலை இல்லை. அரசாங்கத்தின் வேலை.' என்று கூறிவிட்டுத் தலைவர் தன் குழுவினருடன் போய்விட்டார்.

இருந்தாலும், இன்னும் சில சந்தேகங்கள் அரசுக்கு இருந்ததால், இதுகுறித்து ஆராய்ச்சி செய்யச் சொல்லிப் புவியியல் நிபுணர்களை அனுப்பியது. அவர்களும் நெவலின் தோட்டத்தை சின்சியராக ஆராய்ந்துவிட்டு, 'கிணறு தோண்டும்போதுதான் ஜெயிண்ட் கிடைத்துள்ளது. இது எதேச்சையாக இருப்பதைப்போலத் தோன்றினாலும் உண்மையில் அப்படியில்லை. ஜெயிண்ட் கண்டெடுக்கப்பட்டுள்ள இடத்தில் கிணறு தோண்ட எந்தவொரு காரணமும் இல்லை' என்று ஒரு குறிப்பை எழுதி அரசாங்கத்துக்கு அனுப்பிவிட்டு அவர்களும் போய்விட்டனர்.

ஓத்னியல் சி மார்ஷ் என்ற சமூகவியலாளருக்கு நெவல் மீது கோபமோ அல்லது ஜெயிண்ட் மீது கோபமோ தெரியவில்லை! ஆரம்பம் முதலே, 'இது ஒரு மோசடி.' என்று சப்தம் போட்டுச் சொல்லிக் கொண்டிருந்தார்.

யார் என்ன சொன்னாலும் மக்களுக்கு ஜெயிண்ட் மீதான நம்பிக்கை போகவில்லை. இதற்கு வலுவான காரணமும் இருக்கிறது.

அப்போதெல்லாம் எல்லா விஷயங்களிலும் மதக் குருமார்களின் ஆதிக்கம் அதிகமாக இருந்தது. அவர்கள் சொல்வதுதான் மக்களுக்கு வேதவாக்கு.

இந்த ராட்சஸ மனிதர்கள் வாழ்ந்தார்கள் என்பதைப் பெரும்பாலான கிறிஸ்தவ அறிஞர்களும், மதக் குருமார்களும் நம்பினார்கள். ஏனென்றால், இந்த ராட்சஸ மனிதர்களைப் பற்றி பைபிளில் சில இடங்களில் குறிப்பிடப்பட்டுள்ளது. இதனால், அதன் உண்மைத் தன்மையைப் பாதுகாத்து வந்தனர்.

நெவலுக்கு ஒருவகையில் கொஞ்சம் நிம்மதி. 'நல்ல காலம். போலி என்பதோடு விட்டுவிட்டார்கள். இத்தனை நாள் மக்கள்கிட்ட கலெக்ஷன்

செஞ்ச பணத்தைப் பிடுங்காம விட்டாங்களே. அதுவரைக்கும் லாபம்தான்.' என்று நினைத்துக்கொண்டார்.

சரி, ஜெயிண்ட் உண்மையா, போலியா?

போலி என்றால், அது யாரால் உருவாக்கப்பட்டது? ஏன்? எப்படி?

●

கார்டிஃப் ஜெயிண்ட் போலியா உண்மையா என்ற ஆராய்ச்சிக்குப் போவதற்கு முன், உறைந்த நிலையிலிருந்த அந்த ராட்சஸ மனிதனின் உடலை வைத்து நடந்த கூத்துகளைப் பார்ப்போம்.

அரசாங்க அதிகாரிகள் அது போலியென்று அறிவித்துவிட்டபோதிலும், கிறிஸ்தவ மதக்குருமார்கள் அதை ஏற்றுக்கொள்ளவில்லை என்று முன்பே சொன்னேன்.

பைபிளில் இந்த ராட்சஸ மனிதர்களைப் பற்றிச் சொல்லப் பட்டிருக்கிறது. ராட்சஸ உருவம் கொண்ட கோலியாத் என்பவன், மக்களை மிகவும் துன்புறுத்தினான். கடவுளின் ஆசியைப் பெற்ற தாவீது என்ற சிறுவன், வெறும் உண்டி வில்லாலேயே அவனை அடித்து வீழ்த்தினான் என்று கதை போகிறது. கோலியாத் தவிர, மேலும் பல ராட்சஸர்கள் வாழ்ந்தார்கள் என்றும் பைபிளில் உள்ளது.

ராட்சஸ மனிதர்களைப் பற்றி பைபிளில் இருப்பதால், அதுகுறித்துச் சிறு சந்தேக நெருடலையும் ஏற்படுத்தக் கிறிஸ்தவ மதக்குருமார்கள் விரும்பவில்லை. 'அது உண்மையானது' என்று மக்கள் நம்ப வேண்டும் என்று அவர்கள் விரும்பினார்கள். அப்படியே பிரச்சாரம் செய்தார்கள். நெவலுக்கு இது இலவச விளம்பரமாக அமைந்தது.

மத அறிஞர்கள், குருமார்களின் பேச்சுகளை மக்கள் முழுமையாக நம்பியதால், கார்டிஃப் ஜெயிண்ட்டுக்கு மவுசு குறையவில்லை. அதைப் பார்க்க வரும் மக்கள் கூட்டமும் குறையவில்லை. நெவலின் கல்லாவும் நிரம்பி வழிந்தது.

கார்டிஃப் ஜெயிண்ட் கண்காட்சி பிசினஸ் சக்கைப் போடு போடுவது, டேவிட் ஹான்னம் மற்றும் அவரது ஐந்து நண்பர்களின் கண்களையும் உறுத்தியது.

ஜெயிண்ட் வைக்கப்பட்டிருந்த கூடாரத்துக்கு வெளியே பணத்தை வாங்கிக் கல்லாவில் போட்டுக்கொண்டிருந்த நெவலை அணுகி, 'உங்களிடம் கொஞ்சம் தனியாகப் பேச வேண்டும்.' என்றார் டேவிட் ஹான்னம்.

‘என்ன விஷயம்?’

‘இந்த ஜெயிண்ட்டை நாங்கள் விலைக்கு வாங்கிக்கொள்ள நினைக்கிறோம். எங்களுக்கு விற்கச் சம்மதமா?’

‘உங்களுக்கு எதுக்கு இது?’

‘இந்த ஜெயிண்ட்டை நாங்கள் ஊர் ஊராகக் கொண்டு சென்று கண்காட்சி நடத்த நினைக்கிறோம். நீ இப்படி ஒரே இடத்தில் வைத்து அதிகமாகப் பணம் சம்பாதிக்க முடியாது. எங்களுக்கு மொத்தமாக ஒரு ரேட் பேசி விற்றுவிடு.’

யோசித்துப் பார்த்தார் நெவல்.

‘எனக்கு ஒருநாள் அவகாசம் கொடுங்கள். நாளை பதில் சொல்கிறேன்.’ என்று சொன்னவர், இருட்டிய பிறகு தனக்கு வேண்டிய ஒருவரை ரகசியமாகச் சந்தித்து விட்டு வந்தார்.

மறுநாள், டேவிட் ஹான்னம் அன்கோ, வந்தவுடன் ஜெயிண்ட்டை விற்கச் சம்மதம் தெரிவித்தார். கொஞ்சநேர இழுபறிக்குப் பிறகு ‘ரேட்’ படிய, உறைந்த நிலையில் இருந்த அந்த ராட்சஸ உருவம், ஒரு நல்ல நாளில் கைமாறியது.

ஜெயிண்ட்டை விலைகொடுத்து வாங்கிய டேவிட் ஹான்னம் மற்றும் அவரது குழுவினர், அதைச் சிராக்யுஸ்க் என்ற இடத்துக்கு எடுத்துச் சென்று காட்சிக்கு வைத்தனர்.

ஏற்கெனவே, ஜெயிண்ட்டின் புகழ் (?!) நாடு முழுவதும் பரவி இருந்ததாலும், டேவிட் குழுவினர் அதிக விளம்பரம் செய்திருந்த படியாலும், ஜெயிண்ட்டைக் காண மக்கள் கூட்டம் திரண்டது.

இந்தக் கண்காட்சி பல இடங்களுக்கு மாறியது. டேவிட் ஹான்னம் அன் கோ, போட்ட பணத்தை விடப் பல மடங்குப் பணத்தைப் பார்த்து விட்டனர்.

இந்தத் தொழிலில் கணிசமான பணம் புழங்குவதைக் கண்ட பி.டி. பார்னம் என்பவர் அந்த ஜெயிண்ட்டை விலைக்கு வாங்கிக்கொள்ள விரும்பினார். இவர்களின் பிசினசுக்கு வேட்டு வைக்கப்போகும் வில்லன் அவர் என்பது தெரியாமல், அவருடன் பிசினஸ் பேசினர். நீண்ட நேரம் பேசியும் டேவிட் ஹான்னம் கேட்ட பணம் அதிகம் என்று நினைத்த பி.டி. பார்னம், ஜெயிண்ட்டை வாங்காமல் திரும்பிப் போனார்.

போகும்போது சும்மா போகாமல், ‘என்னைப் பகைத்துக்கொண்ட யாரும் உருப்படியாக இருந்ததில்லை. உங்கள் தொழிலையே ‘காலி’ பண்ணுகிறேன் பார்.’ என்று சவால் விட்டுச் சென்றார்.

சொன்னபடியே செய்தும் விட்டார் அவர். எங்கே வாங்கினாரோ என்னவோ தெரியாது. கொஞ்ச நாளில், பி.டி. பார்னமும், டேவிட் ஹான்னம் வைத்திருந்ததைப்போலவே ஒரு ஜெயிண்ட்டைக் கொண்டுவந்து நியூ யார்க்கில் கண்காட்சியில் வைத்தார். இதோடு விடவில்லை. 'என்னிடம் இருக்கும் ஜெயிண்ட்தான் ஒரிஜினல். ஹான்னமிடம் இருப்பது டூப்ளிகேட்.' என்று ஸ்டேட்மென்ட் விட்டார்.

பார்னமின் ஜெயிண்ட்டைப் பார்க்க ஏராளமான மக்கள் குவிந்தனர். திருவிழாக் கூட்டம்போல மக்கள் படையெடுத்ததால், பணமழையில் நனைந்தார் பார்னம். அவரின் ஜெயிண்ட் குறித்து நியூ யார்க்கில் உள்ள முக்கியப் பத்திரிகைகள் எட்டுப்பத்திச் செய்தியை வெளியிட்டன. இதனால் இன்னும் பார்வையாளர்கள் கூட்டம் அலைமோதியது.

'என்னுடைய ஜெயிண்ட்தான் உண்மையானது. சவால் விடுகிறேன். நேருக்கு நேர் விவாதத்துக்குத் தயாரா? மோதிப் பார்த்துவிடுவோமா?' என்று நம்ம ஊர் அரசியல்வாதிகளைப்போல மாறிமாறி அறிக்கை விட்டார்கள். இந்த விஷயத்தில் மக்கள் அதிகம் ஆர்வம் காட்டியதால், இதைப் பத்திரிகைகள் முக்கியம் கொடுத்துப் பிரசுரித்தன.

டேவிட் ஹான்னம், பார்னம் ஆகியோரின் ஜெயிண்ட்டுகளைப் பற்றியும், அவர்களின் சண்டையைப் பற்றியும் தினமும் பத்திரிகைகளில் செய்திகள் வந்துகொண்டிருந்தன.

பணமும், புகழும் வந்தால் ஒருவன் தன்னடக்கத்தோடு இருக்க வேண்டும் என்று நமது திருவள்ளுவர் முதல் மேல்நாட்டு அறிஞர்கள் வரை பலரும் சொன்னதைப் பார்னம் படிக்கவில்லை போலும்.

பத்திரிகையாளர்கள் டேவிட் ஹான்னம், பார்னம் ஆகியோரின் பேட்டியை வெளியிடப் போட்டியிட்டனர்.

அதிகப் பணம் அதிகப் புகழால் கர்வம் தலைக்கேற, யாரிடம் என்ன பேசுகிறோம் என்பது தெரியாமல் ஆடத் தொடங்கினார் பார்னம்.

தன்னைப் பேட்டியெடுக்க வந்த நிருபரிடம், 'ஏமாளிகள் எங்கும் இருக்கிறார்கள். நிமிடத்துக்கு நிமிடம் பிறந்து கொண்டுதான் இருக்கிறார்கள்.' என்று பேட்டியளிக்க, சர்ச்சை பற்றிக்கொண்டது. அவரது பேச்சே அவருக்கு வினையாக முடிந்தது.

'என் பேரைக் கெடுக்கிறார்.' என்று பார்னம்மீது டேவிட் ஹான்னம் நீதிமன்றத்தில் அவதூறு வழக்குத் தொடர்ந்தார்.

புதுமையான இந்த வழக்கில் என்ன தீர்ப்பை அளிப்பது என்று யோசித்த நீதிபதி, தொல்லியல்துறை நிபுணர்களை அழைத்து, டேவிட் ஹான்னம்

மற்றும் பார்னம் ஆகியோரிடம் இருந்த ஜெயிண்ட்டுகளை ஆராய்ந்து அறிக்கை கொடுக்கச் சொன்னார்.

இரண்டே நாட்களில் அவர்களும் அறிக்கை தர, 1870ம் ஆண்டு பிப்ரவரி 2ஆம் தேதி தீர்ப்பை வாசித்த நீதிபதி, 'இரண்டு ஜெயிண்ட்களுமே போலி.' என்று அதிரடியாகக் கூற, நாடே பரபரப்பானது.

பார்னம் மீது ஹான்னம் தொடர்ந்த அவதூறு வழக்குத் தள்ளுபடி செய்யப்பட்டது.

'இரண்டு ஜெயிண்ட்டுகளும் போலி' என்பதோடு நீதிமன்றம் நிறுத்திக் கொண்டது. போலியான ஜெயிண்ட்டுகளை வைத்துக் கண்காட்சி நடத்திய இரண்டு பேர் மீதும் வழக்கைப் போட்டு, உள்ளே தள்ளாதது ஏன் என்று இன்று வரை விளங்கவில்லை!

'கார்டிஃப் ஜெயிண்ட் போலி' என்று எல்லோரும் ஒட்டுமொத்தமாகச் சொல்லிவிட்டாலும், இந்தப் போலி ஜெயிண்ட் உருவாக யார் காரணம், ஏன் இது உருவாக்கப்பட்டது, எப்படி உருவாக்கினார்கள் என்பதை யாராலும் கண்டுபிடிக்கமுடியவில்லை, இதன் காரணகர்த்தா தானாக முன்வந்து பத்திரிகையாளர்களிடம் பேட்டி கொடுக்கும் வரை.

யார் அவர்?

வில்லியம் சி நெவலை ஞாபகம் இருக்கிறதா?

1869 அக்டோபர் 16ஆம் தேதி இவரது தோட்டத்தில் தான் கார்டிஃப் ஜெயிண்ட் பூமிக்கடியில் இருந்து தோண்டி எடுக்கப்பட்டது நினைவிருக்கும்.

இவர்தான் எல்லாவற்றுக்கும் காரணம் என்று நீங்கள் நினைத்தால் அது தவறு. நெவல் ஒரு பினாமிதான்.

இந்த கார்டிஃப் ஜெயிண்ட் சமாச்சாரத்துக்குப் பின்னணியில் இருந்தவர், இந்தக் களேபரங்கள் அத்தனைக்கும் காரணமானவர் 'ஜார்ஜ் ஹல்' என்ற புகையிலை விவசாயி.

முன்பு, 'ஜெயிண்ட்டை விற்க முடியுமா?' என்று டேவிட் ஹான்னம், நெவலை அணுகியபோது, அவர் ரகசியமாகச் சந்தித்தது இந்த ஜார்ஜ் ஹல்லைத்தான். அவரின் அனுமதியைப் பெற்றுத்தான், ஜெயிண்ட்டை டேவிட்டுக்கு விற்றார் நெவல்.

ஏன் இப்படி? எதற்காக போலியான உறைந்த ராட்சஸ மனிதனின் உடலை ஜார்ஜ் ஹல் உருவாக்க வேண்டும்? எப்படி உருவாக்கினார்?

•

நியூ யார்க்கைச் சேர்ந்த புகையிலை விவசாயியான ஜார்ஜ் ஹல் ஒரு நாத்திகர். அதற்காகக் கடவுளே இல்லையென்று ஒட்டுமொத்தமாக வெறுப்பவர் அல்ல.

பராசக்தி படத்தில் சிவாஜி கணேசன், 'கோயிலில் குழப்பம் விளைவித்தேன். கோயில் கூடாது என்பதற்காக அல்ல. கோயில் கொடியவர்களின் கூடாரமாகிவிடக் கூடாது என்பதற்காக. பூசாரியைத் தாக்கினேன். அவன் பக்தன் என்பதற்காக அல்ல. பக்தி பகல்வேஷமாய் ஆகிவிட்டதைக் கண்டிப்பதற்காக.' என்று வசனம் பேசுவார்.

அந்த மாதிரியான கொள்கையுடையவர் அவர். கடவுளின் பேரைச் சொல்லி சில மதக்குருமார்கள் ஏமாற்றி வருவதை ஜார்ஜ் வெறுத்தார். கடவுளின் பெயராலும், மதத்தின் பெயராலும் சில கிறிஸ்தவ மதக்குருமார்கள் மக்களைப் பயமுறுத்தி வந்தது அவருக்குப் பிடிக்கவில்லை. மதத்தின் பெயரால் மக்களின் மீது அவர்கள் ஆதிக்கம் செலுத்தி வருவதை வெறுத்தார்.

மக்களுக்குக் கடவுள் மற்றும் மதக்குருமார்களின் மேலுள்ள பயத்தை எப்படியாவது உடைக்க வேண்டும் என்று விரும்பினார். அவர்கள் சொல்வதையெல்லாம் கண்மூடித்தனமாக நம்பக்கூடாது என்று மக்களுக்கு உணர்த்த நினைத்தார்.

'என்ன செய்யலாம்' என்று அவர் யோசித்தபோதுதான், ஒரு விஷயம் அவருக்கு ஞாபகம் வந்தது.

1858ம் ஆண்டு அல்டா கலிஃபோர்னியா உட்பட சில பத்திரிகைகள், 'அந்தக் காலத்தில் வாழ்ந்த ராட்சஸ மனிதர்கள், பூமியில் உறைந்த நிலையில் இருக்கின்றனர். அவர்கள் எப்போது வேண்டுமானாலும் வெளிவந்து மக்களைத் தொல்லைப்படுத்தலாம்' என்று எழுதப்பட்ட ஒரு மொட்டைக் கடுதாசியை நம்பி, செய்திகளை வெளியிட்டன. இந்த விஷயம் அப்போது பரபரப்பாகப் பேசப்பட்டு, ஆண்டுகள் போகப்போகக் கொஞ்சம் கொஞ்சமாக மறக்கப்பட்டுவிட்டது.

இந்த விஷயம் அவருக்கு ஞாபகம் வந்ததும், மக்களுக்கு விழிப்புணர்வை ஏற்படுத்த, அவர் தேர்ந்தெடுத்த வழிதான், 'ஜெயிண்ட்' எனப்படும் 'உறைந்த நிலையிலுள்ள ராட்சஸ உருவம்.'

சரி. எதற்காக உறைந்த ராட்சஸ உருவத்தைத் தேர்ந்தெடுத்தார்?

ஒருமுறை கிறிஸ்தவ மதத்தின் ஒரு பிரிவான, 'மெத்தடிஸ்ட் மறுமலர்ச்சிக்' கூட்டத்தில், முன்பு பூமியில் வாழ்ந்த ராட்சத உருவங்களைப்பற்றி பைபிளில் ஆதியாகமம் 6:4 பத்தியில் கூறப்பட்டிருப்பது குறித்துப் பேசப்பட்டது. இந்த விஷயங்களில் உடன்பாடு இல்லாத

ஜார்ஜ் ஹல், அங்கிருந்த மதக்குருமார்களுடன் விவாதம் செய்தார். விவாதம் கடுமையாக மாறவே, அந்தக் கூட்டத்தில் இருந்து வெளியேற்றப்பட்டார் ஜார்ஜ்.

இதனால் ஆத்திரமடைந்த ஜார்ஜ், 'இந்த ராட்சஸ உருவ விவகாரத்தைப் பொய்யென்று நிரூபிக்கிறேன் பார்' என்று சபதம் எடுத்தார். அதன்படி, என்ன செய்யலாம் என்று யோசித்தபோதுதான் மேலே நாம் கூறியுள்ள பத்திரிகைச் செய்தி விஷயம் நினைவுக்கு வந்தது.

இந்த விஷயம் ஞாபகத்துக்கு வந்தவுடன், 'உறைந்த நிலையிலுள்ள ராட்சஸ உருவத்தை நாமே உருவாக்கினால் என்ன?' என்று நினைத்தவர், என்னென்ன செய்ய வேண்டும் என்று மனதுக்குள் திட்டம் போட்டார். தேவையான பணம், அவரிடம் தேவைக்கு அதிகமாகவே இருந்தது. திட்டம் முழு வடிவம் பெற்றவுடன், மடமடவெனக் காரியத்தில் இறங்கினார்.

'டாட்ஜ்' என்ற கோட்டைக்குள், சிலரை வேலைக்கு அமர்த்தி, 'ஆபிரகாம் லிங்கனுக்குச் சிலை செய்ய வேண்டும்.' என்று கூறி, 10 அடி மற்றும் 4.5 அங்குலம் அளவுள்ள ஜிப்சு போர்டுகளை உருவாக்கச் சொன்னார்.

அந்த ஜிப்சு போர்டுகள் தயாரானதும், அவற்றைக் கப்பல் மூலம் சிகாகோவுக்கு எடுத்துச் சென்றார்.

அங்கு பிரபலமான 'எட்வர்ட் பர்கார்ட்' என்ற ஜெர்மன் சிற்பியைச் சந்தித்து, 'ஐயா. என்னுடைய நெருங்கிய நண்பரின் பிறந்தநாளுக்கு வித்தியாசமான ஒரு பொருளைப் பரிசளிக்க நினைத்திருக்கிறேன். நான் கொண்டு வந்துள்ள ஜிப்சு போர்டு அடுக்குகளை வைத்து மாபெரும் மனிதனைப்போலச் செதுக்கித் தந்தால் அதை என் நண்பருக்குப் பரிசாக அளிப்பேன்.' என்று கேட்டுக்கொண்டார்.

அதோடு, 'என் நண்பருக்கு சர்ப்ரைஸ்ஸாக இருக்கவேண்டும் என்பதால் இந்த விஷயம் மிகவும் ரகசியமாக இருக்க வேண்டும்.' என்றார்.

அந்தச் சிற்பியும் மறுபேச்சுப் பேசாமல் அதைப் பெரிய அளவு மனிதனைப்போல் செதுக்கிக் கொடுத்தார்.

அடுத்து ஜார்ஜ் போன இடம். தனக்குத் தெரிந்த ரசாயன நிபுணரிடம். அவர் மூலம், சிற்பி செதுக்கிக் கொடுத்த அந்த மனித உருவப் பொம்மை, மூலிகைகள் மற்றும் அமிலங்கள் இருந்த தொட்டியில் 'ஊற' வைக்கப்பட்டது.

கொஞ்சநாள் கழித்து வெளியே எடுக்கப்பட்ட அந்த உருவத்தை இரும்பு ஆயுதங்களால் அடித்து, 'மிகப் பழைமையானது' என்ற தோற்றத்தை உருவாக்கும் வகையில் மாற்றினார்.

இப்படி ஒவ்வொருவரிடமும் ஒவ்வொரு விதமான பொய்யைச் சொல்லி, உருவாக்கப்பட்ட 'ராட்சஸ மனிதனின் உறைய வைக்கப்பட்ட உருவம்', 1868ம் ஆண்டு நவம்பர் மாதம், ரயில் மூலம் கொண்டு வரப்பட்டு, ஜார்ஜின் மாமன் மகனான வில்லியம் சி நெவலின் தோட்டத்தில் புதைக்கப்பட்டது.

இந்த ஜெயிண்ட்டை உருவாக்க ஜார்ஜ் ஹல்லுக்கு ஆன செலவு, 2,600 அமெரிக்க டாலர்கள். இந்தத் தொகை இப்போது பெரிய விஷயமில்லை. ஆனால், அந்தக் காலத்தில் அது மிகப் பெரிய தொகை.

இவ்வளவையும் செய்து முடித்த ஜார்ஜ், தன் மாமன் மகனான நெவலை அழைத்து, 'மாப்ளே. நான் சொன்னதெல்லாம் ஞாபகம் இருக்கட்டும். கொஞ்சநாள் இப்படியே இருக்கட்டும். நான் தகவல் சொல்லியனுப்பும் போது ஆட்களை வைத்து, இந்த ஜெயிண்ட்டைப் புதைத்து வைத்த இடத்தில் பள்ளம் தோண்டு. ஜெயிண்ட் வெளிப்படும். மத்ததை நான் அப்பப்ப சொல்றேன்.' என்று சொல்லி விடை பெற்றுக் கொண்டார்.

இதுக்கு அப்புறம் நடந்ததெல்லாம் உங்களுக்குத் தெரிஞ்ச விஷயம்தான்.

மேலே சொன்ன அத்தனை விஷயங்களும் பத்திரிகையாளர்களிடம் ஜார்ஜ் ஹல் பேட்டியாகச் சொன்னதுதான். அதுமட்டுமில்லாமல், தான் ஏன் அப்படிச் செய்தேன் என்பதையும் கூறி, ஜெயிண்ட் பிரச்னைக்கு முற்றுப்புள்ளி வைத்தார்.

ராட்சஸ உருவம் உருவான கதை இருக்கட்டும்! ஜார்ஜ் உருவாக்கிய ஜெயிண்ட்டும், பி.டி. பார்னம் உருவாக்கிய ஜெயிண்ட்டும் இப்போது எங்கிருக்கின்றன என்று கேட்கிறீர்களா?

ஜார்ஜ் உருவாக்கிய ஜெயிண்ட் மட்டும் பத்திரமாக இருக்கிறது. பார்னம் உருவாக்கிய ஜெயிண்ட் குறித்த விவரங்கள் தெளிவாக இல்லை.

1901ல் பான் அமெரிக்கன் கண்காட்சியில் ஜார்ஜ் ஹல் உருவாக்கிய, கார்டிஃப் ஜெயிண்ட் வைக்கப்பட்டது. ஆனால், முன்புபோல் அது யாரையும் கவரவில்லை.

'லோவா' என்ற பதிப்பாளர், இந்தக் கார்டிஃப் ஜெயிண்ட்டை வாங்கி, தன்னுடைய அலுவலகத்தின் கீழ்த்தளத்தில் அலங்காரமாக வைத்துக் கொண்டார். அதில் ஒரு பெருமை அவருக்கு.

1947ம் ஆண்டு அந்த ஜெயிண்ட்டை அவரிடம் இருந்து கூப்பர்ஸ்டவுன் நகர மியூசியம் வாங்கி, தன்னுடைய மியூசியத்தில் பத்திரப்படுத்தியது. இன்றுவரை அந்த ஜெயிண்ட் அங்கேயே இருக்கிறது, பார்வையாளர்களின் வருகையை எதிர்பார்த்தபடி.

●●●

11

புரூக்ளின் பாலத்தை விற்ற ஜகஜ்ஜால கில்லாடி!

ஜார்ஜ் சி பார்க்கர் ஆபரேஷன் - 1

உலகத்திலேயே மிக நீளமான தொங்கு பாலமான புரூக்ளின் பாலம், அன்று சுற்றுலாப் பயணிகளால் நிரம்பியிருந்தது. அன்று உள்ளூர் விடுமுறை என்பதால், வெளிநாட்டுச் சுற்றுலாப் பயணிகளோடு உள்ளூர்க் காரர்களும் கணிசமான அளவில் இருந்தனர்.

வெளியூரிலிருந்து சென்னைக்கு வருபவர்கள் எப்படி மெரீனா பீச்சைப் பார்க்காமல் செல்வதில்லையோ, அது போல, அமெரிக்காவுக்குச் சுற்றுலாப் பயணத்தை மேற் கொள்வோர் புரூக்ளின் பாலத்தைப் பார்க்கத் தவறுவதில்லை.

ஜெர்மன் நாட்டைச் சேர்ந்த அந்த நடுத்தர வயதுத் தம்பதியினர் அந்தப் பாலத்தின்மீது மெதுவாக நடந்து போய்க்கொண்டிருந்தனர். அந்தப் பாலம் அவர்களுக்கு ஆச்சரியத்தை ஏற்படுத்தியிருந்தது. அவர்களுடன் மிக நேர்த்தியாக உடை அணிந்திருந்த ஒருவன், பாலத்தின் அருமை பெருமைகளைப் பணிவாக எடுத்துச் சொல்லிக் கொண்டிருந்தான்.

'உலகத்திலேயே இதைப் போன்ற மிக நீளமான தொங்குபாலம் வேறெங்குமே இல்லை. இந்தப் பாலத்துக்குப்பின் கட்டப்பட்ட பல பாலங்கள்

பாழடைந்துவிட்டன. இது இன்னமும் உறுதியாக இருக்கிறது. புரூக்ளின் தனி நகரமாகத்தான் இருந்தது. இந்தப் பாலத்தின் புகழ் கூடிக்கொண்டே போனதால், 1894இல் மக்களிடம் கருத்துக் கணிப்பு நடத்தி, நியூ யார்க் நகரத்தோடு இதை இணைத்துவிட்டார்கள். இந்தப் பாலத்தை அமெரிக்க அரசு ஒரு வரலாற்றுச் சின்னமாகக் கொண்டாடுகிறது.' என்று சொல்லிக்கொண்டே வந்தவன், 'இந்தப் பாலத்தைப் பற்றிய சுவாரசியமான விஷயம் ஒன்று இருக்கிறது. இது கட்டப்பட்டபோது அவ்வளவு உறுதியாக இருக்காது என்று மக்கள் சந்தேகப்பட்டனர். இதன் உறுதியை நிரூபிக்க முயன்ற எஞ்சினியர், சர்க்கஸ் கலைஞர் பார்னம் என்பவரின் உதவியோடு 21 யானைகளைப் பாலத்தின் மீது ஊர்வலமாக அழைத்துச்சென்று, இதன் உறுதியை நிரூபித்தார்.' என்று சொல்லி முடித்தான்.

இதுபோல நியூ யார்க்கில் பல இடங்களைச் சுற்றிப் பார்த்த அவர்கள், மாலையில் தாங்கள் தங்கியிருந்த ஓட்டலுக்குத் திரும்பினர்.

'ராபர்ட். பார்க்கரை நாம் எப்போது பார்க்கப் போகிறோம்?' - அந்த ஜெர்மானியர் கேட்டார்.

'சார். நீங்கள் ஓட்டலில் தங்கியிருங்கள். நாளைக் காலை அவரது அலுவலகத்திலேயே அவரைச் சந்திக்கலாம்.' என்று சொன்ன ராபர்ட் அவர்களிடம் விடை பெற்றுக் கிளம்பினான்.

இந்த இடத்தில் ஒரு சிறிய ஃபிளாஷ்பேக்.

ஜெர்மனியில் பெரும் பணக்காரர்களான இந்த நடுத்தர வயதுத் தம்பதியினர், அமெரிக்காவில் குடியேற நினைத்தனர். அதனால், ஜெர்மனியில் உள்ள தங்கள் சொத்துகளையெல்லாம் விற்றுவிட்டுப் பெரும் பணத்துடன் எல்லீஸ் தீவு வழியாகக் கப்பல் மூலம் நியூ யார்க் வந்து சேர்ந்தனர்.

கப்பலில்தான் ராபர்ட் அறிமுகமானான். ரயில் சிநேகிதம் மாதிரி, இது கப்பல் சிநேகிதம்.

பேச்சுவாக்கில், அவர்கள் நியூ யார்க் வரும் காரணத்தைத் தெரிந்து கொண்ட ராபர்ட், அவர்களிடம், 'எனக்குத் தெரிஞ்ச ஒருத்தர் இருக்கிறார். அவர் பெயர் ஜார்ஜ் சி பார்க்கர். மிகப்பெரிய கோடீஸ்வரர். அரசாங்கத்தில் நல்ல செல்வாக்குள்ளவர். நீங்கள் தொழில் தொடங்க நிறைய ஐடியாக்களைக் கொடுப்பார்.' என்றான்.

•

நியூ யார்க்கின் மையப் பகுதியில் இருந்தது ஜார்ஜ் சி பார்க்கரின் ஆடம்பர அலுவலகம். பார்க்கும்போதே மதிப்பிற்குரியவர் என்ற தோற்றத்துடன் கண்ணியமாக உட்கார்ந்திருந்தார் ஜார்ஜ் சி பார்க்கர். அவருக்கு எதிரில் உட்கார்ந்திருந்த அந்த ஜெர்மன் தம்பதிக்கு அவர்மீது மிகுந்த மரியாதை ஏற்பட்டது.

நேரடியாக விஷயத்துக்கு வந்தார் பார்க்கர்.

'ராபர்ட் எல்லா விஷயங்களையும் சொன்னார். புரூக்ளின் பாலத்தைச் சுற்றிப் பார்த்தீர்களா?'

'பார்த்தோம்.'

'அந்தப் பாலம் என்னுடையதுதான். எனக்கு நிறைய பிசினஸ் இருப்பதால், அதைச் சரியாகப் பராமரிக்க முடியவில்லை. அந்தப் பாலத்தை விற்கலாம் என்று நினைக்கிறேன். வாங்கிக்கொள்கிறீர்களா?'

'இதை வாங்குவதால் எங்களுக்கென்ன லாபம்?'

'என்ன அப்படிச் சொல்லிவிட்டீர்கள்? இந்தப் பாலம் உங்களுக்குச் சொந்தமாகிவிட்டால், அதன்மேல் பயணம் செய்யும் வாகனங் களுக்குக் கட்டணம் வசூலிக்கலாம். உலகம் முழுவதிலுமிருந்து வரும் சுற்றுலாப் பயணிகளிடம் கட்டணம் வசூலிக்கலாம்.

ஒருநாளைக்கு அதில் பயணம் செய்வோர் கொஞ்சநஞ்சமா? இதை மட்டும் நீங்கள் வாங்கிவிட்டால், உங்களுக்குத் தினமும் பணம் கொட்டோகொட்டு என்று கொட்டும். அதுமட்டுமில்லை. புரூக்ளின் பாலம் உங்களுக்குச் சொந்தமானால் உங்கள் மதிப்பு எங்கோ போய்விடும்.' என்று சொல்லிவிட்டு, ஒரு ஃபைலை எடுத்து அவர்கள் முன் போட்டார்.

அதிலிருந்த அத்தனையும் முத்திரையிடப்பட்ட டாக்குமென்ட்டுகள். புரூக்ளின் பாலத்தை ஜார்ஜ் சி பார்க்கருக்கு விற்றதற்காக அரசு கொடுத்த ஆவணங்கள்.

இவற்றைப் பார்த்தவுடன், அந்த ஜெர்மன் தம்பதிக்கு முழு நம்பிக்கை வந்தது. புரூக்ளின் பாலத்தை வாங்கிக்கொள்வதற்குச் சம்மதம் தெரிவித்தனர். கொஞ்ச நேரம் பேரம் நடந்து, முடிவில் ஒரு நல்ல தொகைக்குப் பேரம் படிய, புரூக்ளின் பாலம் கைமாறியது.

பாலத்தை வாங்கியதும் அந்த ஜெர்மன் தம்பதியர், முதல் வேலையாகப் பாலத்தின் இருபுறமும் தடுப்புப் போடும் வேலையை ஆரம்பித்தனர்.

அவ்வளவுதான். அடுத்த சில நிமிடங்களில் போலீஸ் அவர்களைச் சுற்றி வளைத்தது. ஆட்களை வேலை வாங்கிக்கொண்டிருந்த ஜெர்மன் தம்பதியிடம், 'இங்கே என்ன செய்கிறீர்கள்?' என்று கேட்டனர்.

'இந்தப் பாலத்தை நாங்கள் விலைக்கு வாங்கிவிட்டோம். பாலத்தில் வருபவர்களிடம் கட்டணம் வசூலிக்கச் சுங்கச்சாவடி அமைக்கிறோம்.'

'என்னது அரசாங்க சொத்தை விலைக்கு வாங்கிட்டீங்களா?' என்று அதிர்ச்சியடைந்த போலீசார் அவர்களைக் காவல்நிலையத்துக்கு அழைத்துச் சென்று உட்கார வைத்தனர்.

தாங்கள் ஏமாந்துபோன விஷயம் அந்த ஜெர்மன் தம்பதிக்கு அப்போது தான் தெரிந்தது. போலீஸ் உதவியுடன் பார்க்கரின் அலுவலகத்துக்குச் சென்று பார்த்தால், அங்கே யாருமில்லை.

தடயமே இல்லாமல் மறைந்து விட்டிருந்தான் ஜார்ஜ் சி பார்க்கர்.

•

பார்க்கரின் அலுவலகத்தை போலீசார் அலசிக்கொண்டிருந்தபோது, அங்கிருந்து நான்கு தெருக்கள் தள்ளியிருந்த ஆடம்பர ஹோட்டலின் சொகுசு அறையில், வேறு பெயரில் தங்கியிருந்த ஜார்ஜ் பார்க்கர், உல்லாசமாகக் குடித்துக் கொண்டிருந்தான்.

'பணம் இல்லாதவன் பிணம்' என்ற பழமொழியில் ரொம்பவும் நம்பிக்கை உள்ளவன் பார்க்கர். அவனது கொள்கையே பணம் பணம் பணம்தான். அவனுக்குப் பணம் வேண்டும். இப்படித்தான் என்றில்லை. எப்படியாவது பணம் தேவை. அதற்காக எதையும் செய்யத் தயாராக இருப்பவன் அவன்.

பார்க்கரின் மூலதனமே, அவனின் கவர்ச்சியான தோற்றமும், இனிக்க இனிக்கப் பேசும் வித்தையும்தான். பார்த்த மாத்திரத்திலேயே எல்லோரும் அவனை நம்பிவிட இந்த இரண்டும்தான் காரணம்.

கொஞ்ச நேரத்தில் கதவு தட்டப்பட்டது. உட்கார்ந்த இடத்திலிருந்தே, 'யாரது?' என்றான். 'நான்தான்.' என்று பதில் வந்தது. அறிமுகமான குரல். எழுந்து சென்று கதவைத் திறந்த பார்க்கர், வந்தவனைப் புன்னகையுடன் வரவேற்றான்.

வந்தவன் நமக்கும் ஏற்கெனவே பழக்கமானவன் தான். ஜெர்மானியத் தம்பதியரின் கப்பல் சிநேகிதன் ராபர்ட் தான் அவன்.

ராபர்ட் தன் கமிஷன் பணத்தை வாங்க வந்திருந்தான். அவனுக்கான கமிஷன் தொகையைக் கொடுத்தான் பார்க்கர். கவரிலிருந்த பணத்தை எண்ணிப் பார்க்காமலே கோட்டுக்குள் வைத்தான் ராபர்ட். எல்லாம் சரியாக இருக்கும். அந்த அளவுக்குப் பார்க்கரின் மேல் நம்பிக்கை.

பார்க்கரிடம் ஒரு நல்ல பழக்கம் இருந்தது. தன் தகிடுதித்த வேலைகளை வெளியாட்களோடு நிறுத்திக் கொள்வான். தன் கூட்டாளிகளிடம் காட்டமாட்டான்.

'என்னப்பா. அடுத்து என்ன பிளான்? என்று கேட்டான் பார்க்கர்.

பார்க்கர் இப்படிக் கேட்டாலே, ஏதோ திட்டம் போட்டு வைத்திருக்கிறான் என்று அர்த்தம்.

என்ன அந்த திட்டம்!? அடுத்த அத்தியாயத்தில்...

•••

12

சூப்பர் விலையில் சுதந்திரதேவி சிலை!

ஜார்ஜ் சி பார்க்கர் ஆபரேஷன் - 2

'அடுத்து என்ன பிளான்?' என்று பார்க்கர் கேட்ட போதே, ஏதோ முக்கிய திட்டத்தை பார்க்கர் தீட்டியிருக் கிறான் என ராபர்ட்டுக்குப் புரிந்துவிட்டது. இன்று நேற்றா பார்க்கிறான் பார்க்கரை? பல வருடப் பழக்கம் ஆயிற்றே! எத்தனை ஏமாளிகளைப் பார்க்கரிடம் அறிமுகப்படுத்தி வைத்திருக்கிறான்.

ராபர்ட்டின் முழுநேர வேலையே இதுதான். ராபர்ட் மட்டுமல்ல, அவனைப் போலப் பல அல்லக்கைகள் பார்க்கரிடம் இருந்தார்கள்.

வெளிநாடுகளிலிருந்து எல்லீஸ் தீவு வழியாக நியூ யார்க்குக்கு வந்து குடியேறுவோர்தான் பார்க்கரின் குறி. அவர்கள் கப்பலில் வரும்போதே, பார்க்கரின் பணி ஆரம்பித்துவிடும். கப்பல் சிப்பந்திகளில் பலர் அவனது கையாட்கள்தான். அவரவர் வேலைக்கு ஏற்றவகையில், தொகை அவர்களைத் தேடிச் சென்றுவிடும்.

அந்தக் கப்பல் சிப்பந்திகள், கப்பலில் வருபவர்களில் யார் யார் நியூ யார்க்கில் குடியேற வருகின்றனர் என்பதைக் கவனித்து வைத்துக்கொள்வார்கள்.

ஒரேயொரு தகுதி, அவர்கள் பெரும் பணக்காரர்களாக இருக்க வேண்டும். அவர்களிடம் கொஞ்சம் கொஞ்சமாகப் பேச்சைக் கொடுத்து, சிறு சிறு உதவிகளைச் செய்து நண்பர்களாகப் பழகிவிடுவார்கள்.

பேச்சுவாக்கில், ஜார்ஜ் பார்க்கரைப் பற்றி ஏகப்பட்ட பில்டப்களைக் கொடுத்து, 'அமெரிக்காவின் பெரும் பணக்காரர்களில் ஒருவர். அவருக்கில்லாத பிசினஸே இல்லை. அமெரிக்காவின் பல புராதன நினைவுச் சின்னங்களுக்கும், பெருமைமிகு அடையாளங்களுக்கும் அவர்தான் சொந்தக்காரர்.' என்று அவிழ்த்து விடுவார்கள். வெவ்வேறு பெயர்களில் பார்க்கரின் புகழ்(?!) பரப்பப்படும்.

இந்தக் கதையை அவர்களிடம் பல்வேறு சந்தர்ப்பங்களில் இரண்டு, மூன்று சிப்பந்திகள் சொல்வார்கள். இப்படிப் பார்க்கரைப் பற்றி நல்லவிதமாகச் சொல்வதைக் கேட்பவர்கள், பார்க்கரை மிக உயர்வாக எண்ணிக்கொண்டு கப்பலை விட்டு இறங்குவார்கள்.

வெளிநாட்டிலிருந்து நியூ யார்க்கில் குடியேறுபவர்கள், ஏதாவதொரு தொழிலைச் செய்து பிழைக்கும் யோசனையில்தான் வருவார்கள். அவர்களிடம், 'பார்க்கரிடம் கேட்டால் கண்டிப்பாக உதவி செய்வார்.' என்று சொல்லும் சிப்பந்திகள், அவர்கள் வரப்போகும் தகவலைப் பார்க்கரிடம் சொல்லிவிடுவார்கள். அவர்கள் கப்பலை விட்டு இறங்கியதும், பார்க்கரைச் சந்திப்பார்கள்.

தன்னைச் சந்திக்கும் பணக்காரப் பயணிகளை ஓட்டாண்டிகளாக்கி விட்டுத் தப்பிவிடுவான் பார்க்கர்.

சொன்னால் நம்ப மாட்டீர்கள்; போலீசிடம் மாட்டாமல், வாரத்துக்கு இரண்டுமுறை என்று பல வருடங்கள் புரூக்ளின் பாலத்தைப் பல பேர்களுக்கு விற்றிருக்கிறான் பார்க்கர். ஒவ்வொரு முறையும் புதுப்புது அலுவலகம், புதுப்புது பெயர், புதுப்புது கெட்டப்.

இவனிடம் பாலத்தை விலைக்கு வாங்கியவர்கள், பாலத்தின் இருபுறமும் சுங்கச்சாவடிகளை அமைப்பதும், அவற்றை போலீசார் அகற்றுவதும் தொடர்கதையாக இருக்க, அவர்கள் பார்க்கரை, 'முக்கியமான விருந்தினர்' பட்டியலில் முதலிடத்தில் வைத்திருந்தனர்.

போலீசாரின் பிடி இறுகுவதைக் கண்ட பார்க்கர், கொஞ்ச நாளைக்கு புரூக்ளின் பாலத்தை விற்க வேண்டாம் (?!) என்று முடிவெடுத்துப் புதிய மோசடித் திட்டமொன்றைத் தீட்டியிருந்தான்.

அதைப்பற்றிப் பேசும் விதமாகத்தான் ராபர்ட்டிடம், 'அடுத்த பிளான் என்ன?' என்று கேட்டான். மௌனமாக நின்ற அவனிடம், தன் அடுத்த

பிளானைச் சொன்னான் பார்க்கர். தொடர்ந்து ராபர்ட்டுக்குச் சில உத்தரவுகளை இட்டான்.

•

சுதந்திரதேவி சிலை.

அமெரிக்காவின் முக்கியமான அடையாளங்களில் ஒன்று. நியூ யார்க் துறைமுக வாயிலில் அமைந்துள்ள லிபர்ட்டித் தீவில் 12 ஏக்கர் நிலப்பரப்பில் அமைக்கப்பட்டுள்ளது. இந்தச் சிலையின் உயரம் 151 அடி.

அமெரிக்காவுக்கும் ஃபிரான்சுக்குமுமான நட்புறவை எடுத்துக்காட்டும் விதமாக, அமெரிக்காவுக்கு ஃபிரான்ஸ் பரிசாக வழங்கிய இந்தச் சிலை, வரலாற்றின் ஒப்பற்ற பரிசு எனலாம்.

அமெரிக்கா சுதந்திரம் அடைந்து நூற்றாண்டு விழாவினைக் கொண்டாடிய 1886 ம் ஆண்டு அக்டோபர் 28 ஆம்தேதி நியூ யார்க் நகரில் இந்தச் சிலை அமைக்கப்பட்டது.

சுதந்திரதேவி சிலையின் வரலாற்றைச் சுற்றுலாப் பயணிகளுக்கு விளக்கிக்கொண்டிருந்தான் அந்த கைடு. ரொம்பச் சின்ன வயதுதான் என்றாலும், சுறுசுறுப்பான நடவடிக்கையால் எல்லோரையும் கவர்ந்து விட்டான். அவன் எல்லோருக்கும் சொல்வதைப்போல இருந்தாலும், அவனது பார்வை முக்கியமான ஐரோப்பிய பயணி ஒருவரைச் சுற்றியே இருந்தது.

சிலையைச் சுற்றுலாப் பயணிகள் சுற்றிப் பார்த்துவிட்டுப் புறப்படும் நேரத்தில், அந்த கைடு, ஐரோப்பிய பயணியிடம் சென்றான். 'சார். உங்களோட நான் ஒரு போட்டோ எடுத்துக்கொள்ளலாமா?' என்றான்.

'தாராளமா.' என்றார் அவர் பெருந்தன்மையுடன்.

போட்டோவை எடுத்துக்கொண்டதும், 'சார். அது என்னவோ தெரியல. உங்களைப் பார்த்ததும் எனக்கு ரொம்பவும் பிடிச்சுப் போச்சு. யாருக்கும் சொல்லாத ஒரு விஷயத்தை உங்களுக்கு மட்டும் சொல்றேன். இந்தச் சிலையை பிரெடெரிக் பார்த்தோடியால் என்ற பிரான்ஸ் நாட்டுச் சிற்பிதான் உருவாக்கினார். இதோட காப்புரிமை யையும் இந்தச் சிற்பிதான் வாங்கியிருக்காரு. அவருக்கு நெருங்கிய உறவினரான வின்செண்ட் பார்த்தோடியால்கிட்டதான் இப்ப இந்தச் சிலையின் காப்புரிமை இருக்கு.

அவர் எனக்கு ரொம்பவும் தெரிந்தவர். அவருக்கு வயசாயிட்டதால இதைப் பராமரிக்க முடியல. அதனால அந்தக் காப்புரிமையை

யாருக்காவது வித்துடலாம்ன்னு இருக்காரு. இந்தச் சிலையைப் பார்க்க வரும் சுற்றுலாப் பயணிகளிடம் வசூலிக்கும் கட்டணமே எக்கச்சக்கமா வரும். உங்களுக்கு இஷ்டம்ன்னா சொல்லுங்க. அவரைச் சந்திக்க ஏற்பாடு செய்றேன்.' என்றான்.

ஐரோப்பிய பயணிக்கு ரொம்பவும் சந்தோஷம். இப்போது அந்த கைடு, கும்பிடப் போன தெய்வம் குறுக்கே வந்தது மாதிரி தெரிந்தான். ஏதாவது பிசினஸ் செய்யலாம் என்றுதானே நியூ யார்க்குக்கே அவர் வந்தார்? வந்த இடத்தில் இப்படியொரு வாய்ப்பா! வின்செண்ட்டைச் சந்திக்க உடனடியாக ஒப்புக்கொண்டார்.

சுதந்திரதேவி சிலையின் காப்புரிமையை விற்பது தொடர்பான மீட்டிங் வின்செண்ட்டின் அலுவலகத்திலேயே நடந்தது. பிரம்மாண்டமான அந்த அலுவலகத்தைப் பார்த்துப் பிரமித்தபடியே வின்செண்ட்டின் அறையில் நுழைந்தார் ஐரோப்பிய பயணி.

அந்த அறையின் சுவர் முழுவதும் சுதந்திரதேவி சிலையும், உளியும் கையுமாக இருக்கும் சிற்பி பிரெடெரிக் பார்த்தோடியாலின் படமும் மாட்டப்பட்டிருந்தன.

வெள்ளைவெளேரென நரைத்துப் போன பஞ்சுத் தலையுடன் இருந்தார் வின்செண்ட் பிரெடெரிக். பரஸ்பர அறிமுகத்துக்குப் பின், பிசினஸ் குறித்துப் பேசினார்கள்.

சிற்பி பிரெடெரிக் பார்த்தோடியாலுக்குச் சுதந்திரதேவி சிலைக்காக அரசு கொடுத்த காப்புரிமை ஆவணங்கள், பிரெடெரிக் பார்த்தோடியா, தனக்குக் கொடுத்த வாரிசுரிமைச் சான்றிதழ், சுதந்திரதேவி சிலையைப் பார்வையிடும் மக்களிடமிருந்து கட்டணம் வசூலிப்பதற்காகத் தனக்கு, அமெரிக்க அரசு வழங்கிய ஆவணங்கள் என எல்லாவற்றையும் மேசையின் மேல் எடுத்து வைத்தார் வின்செண்ட்.

சட்டம் படித்த அந்த ஐரோப்பியர், எல்லாச் சான்றிதழ்களையும் மிக உன்னிப்பாகப் பார்த்தார். எல்லாமே அரசு கொடுத்த ஆவணங்கள். ஒரு சிறு நெருடல்கூட இல்லாமல் சரியாக இருந்தன. இதற்குமேல் யோசனை செய்ய ஒன்றுமில்லை என்ற முடிவுக்கு வந்த அவர், அப்போதே ஓகே சொன்னார்.

வின்செண்ட் சொன்ன விலை கொஞ்சம் அதிகம்தான் என்றாலும், அதைப்பற்றிக் கவலைப்படவில்லை ஐரோப்பிய பயணி. ஒப்பந்தம் கையெழுத்தானது; பணமும் கைமாறியது; ஒருவருக்கொருவர் வாழ்த்துகளைச் சொல்லி விடைபெற்றார்கள்.

அடுத்த நாள் ஆட்களுடன் களமிறங்கிய ஐரோப்பியர், சுதந்திரதேவி சிலையைத் தன் கட்டுப்பாட்டுக்குள் கொண்டுவர ஏற்பாடு செய்தார். அடுத்து நடந்தது. வழக்கம் போலத்தான்!

போலீசார் வந்தனர்; அந்த ஐரோப்பியரைத் தங்களின் உயரதிகாரியின் முன் நிறுத்தினர். சுதந்திரதேவி சிலையைத் தான் வாங்கிவிட்டதற்கான ஆவணங்களை அந்த அதிகாரியிடம் காட்டினார் அவர்.

தலையில் அடித்துக்கொண்டார் அந்த போலீஸ் அதிகாரி. 'இது ஜார்ஜ் பார்க்கரின் வேலையாகத்தான் இருக்கும். அவன் அடங்கவே மாட்டான். என் கையில் மட்டும் அவன் கிடைத்தால் அப்படியே நசுக்கிடுவேன்.' என்று உள்ளுக்குள் கறுவிக்கொண்டார்.

வின்செண்ட் என்ற பெயரில் அந்த ஐரோப்பிய பயணியிடம் மோசடி செய்த ஜார்ஜ் பார்க்கர், பணத்தை வாங்கிக்கொண்டு அவரை வெளியே அனுப்பிய அடுத்த சில நிமிடங்களில் தன் பஞ்சுத்தலை விக்கைக் கழற்றியெறிந்தான்.

அதற்குப் பிறகு அந்த இடத்தில் இருக்க அவனுக்கென்ன பைத்தியமா? எஸ்கேப்!

•••

13

அடிமாட்டு விலைக்கு ஆர்ட் காலரி!

ஜார்ஜ் சி பார்க்கர் ஆபரேஷன் - 3

நியூ யார்க்கில் உள்ள நட்சத்திர ஓட்டலின் சொகுசு பார். ஆங்காங்கே நாற்காலிகளில் உட்கார்ந்திருந்த குடிமகன்கள், மதுவை ருசித்துக்கொண்டிருந்தார்கள்.

அரைகுறை உடையுடன் ஆடிக்கொண்டிருந்த ஒரு பெண், அந்தக் குடிமகன்கள் முன் தன் அழகைக் காட்டிக் கொண்டிருந்தாள்.

கடைசி டேபிளில், யாரும் தொந்தரவு செய்யாத இடத்தில், அந்த இருவரும் உட்கார்ந்திருந்தனர். ஏற்கெனவே நிறையக் குடித்திருந்தார்கள். அவர்களில் ஒருவன் நமக்கு முன்னமே தெரிந்தவன்தான். புரூக்ளின் பாலத்தையும், சுதந்திரதேவி சிலையையும் அப்பாவிகளின் தலையில் கட்டிய ஜார்ஜ் சி பார்க்கர்.

இன்னொருவன் ரிச்சர்ட். பார்க்கரின் நண்பன். ரிச்சர்ட் கேலியாகச் சிரித்துக்கொண்டிருந்தான். பார்க்கரின் முகத்தில் கொஞ்சம் கொஞ்சமாகக் கோபச் சிவப்பு ஏறிக் கொண்டிருந்தது. ஏற்கெனவே குடித்திருந்த கண்கள் இன்னும் சிவந்து, ரெட் சிக்னலைப்போல மின்னியது. அவன் கோபப்படுவதைப் பார்த்து ரசித்துக்கொண்டே, அவனை மேலும் சீண்டிக் கொண்டிருந்தான் ரிச்சர்ட்.

‘புரூக்ளின் பாலத்தை ஏமாத்தி வித்தா நீ பெரிய கில்லாடியா? நான் உனக்கு ஒரு சவால் விடுறேன். நியூ யார்க் ஓவியக் காட்சியகத்தில் இருக்கிற ஓவியங்கள்ல ஒண்ண மட்டும் நீ திருடிட்டு வந்துட்டா, நீ பெரிய அப்பாடக்டர்ன்னு ஒத்துக்கிறேன். அந்த ஓவியத்தின் மதிப்பைப் போல ரெண்டு மடங்கு பணம் தர்றேன். இல்லேன்னா, அந்தளவு பணத்தை நீ எனக்குத் தரணும். இன்னில இருந்து ஒரு மாசம் டைம். என்ன சொல்ற? சம்மதமா?’ என்றான் ரிச்சர்ட்.

‘சம்மதம்.’ டேபிளில் அடித்துச் சொன்னான் பார்க்கர்.

குடிகாரன் பேச்சு பொழுது விடிஞ்சா போச்சு என்று சொல்வார்கள். ஆனால், இந்தச் சவாலை மறக்காமல் ஞாபகத்தில் வைத்திருந்த பார்க்கர், சில நாட்களிலேயே அதற்கான வேலையில் இறங்கினான்.

•

நியூ யார்க் ஓவிய காட்சியகம்.

புகழ்பெற்ற ஓவியர்கள், புகழ்பெற்ற ஓவியர்கள் புகழ்பெறாதபோது வரைந்த ஓவியங்கள் என அந்தக் காட்சியகம் முழுக்க ஓவியங்கள். சுவர் முழுவதும் ஓவியங்கள். ஒவ்வொன்றும் எக்கச்சக்க விலை. ஒவ்வொரு ஓவியரும் வரைந்த ஓவியங்கள் தனித்தனி அறையில் மாட்டப் பட்டிருந்தன.

அறைக்கு ஒருவரெனத் துப்பாக்கி ஏந்திய காவலாளிகள் நின்று கொண்டிருந்தார்கள். அறைக்குள்ளே போகிறவர்களையும், வருகிறவர் களையும் உன்னிப்பாகப் பார்த்துக்கொண்டிருந்தார்கள்.

அவர்களுக்கு அருகிலேயே பொத்தான்கள் இருந்தன. ஓர் அறையில் ஏதாவது பிரச்னையென்றால், அங்கிருக்கும் பொத்தானை அழுத்தினால் போதும். அறையின் கதவு மூடிக்கொள்ளும். மெயின் கேட்டில் அலாரம் அடிக்கும். அங்கிருக்கும் கதவும் மூடிக்கொள்ளும். இவையெல்லாம் வெளிப்படையாகத் தெரிந்த விஷயங்கள். இவற்றைத் தவிர, மிகவும் ரகசியமாக ஒன்று இருந்தது. அதாவது, ஒவ்வொரு ஓவியத்தின் பின்புறமும் ரகசிய அலாரம் இருந்தது. ஓவியத்தைச் சுவரிலிருந்து யாராவது கழற்ற முயன்றால். அவ்வளவு தான். ஊளையிடும் அலாரம் ஊரையே கூட்டிவிடும்.

ஆக, இந்தக் காட்சியகத்தில் இருந்து ஓவியத்தைத் திருடுவது என்பது, பல் இல்லாதவன் பட்டாணியைச் சாப்பிடுவதை விடக் கஷ்டமானது.

இந்த ஓவியக் காட்சிக்கூடத்தைச் சுற்றிப் பார்த்த பார்க்கருக்கு இந்த எண்ணம்தான் ஏற்பட்டது. கொஞ்ச நேரம் சுற்றிப் பார்த்துவிட்டு,

‘என்ன செய்யலாம்?’ என்ற யோசனையுடன் அங்கிருந்து கிளம்பினான் அவன்.

எந்த யோசனையும் தோன்றாமல் சில நாட்கள் கழிந்தன. ரிச்சர்டின் முகம் வேறு அடிக்கடி கண் முன்னே தோன்றித் தொந்தரவு செய்து கொண்டிருந்தது. அப்போதுதான் அவனது சிஷ்யன் மூலம் இத்தாலிய தொழிலதிபர் பற்றிய தகவல் கிடைத்தது. ‘வாங்கண்ணா. வணக்கங் கண்ணா.’ என்று அவரை வரவேற்கத் தயாரானான் பார்க்கர்.

•

நட்சத்திர ஓட்டலில் தங்கியிருந்த அந்த இத்தாலிய தொழிலதிபர், ஜன்னலைத் திறந்து பார்த்தார். காலைப்பனி, நியூ யார்க் நகரம் முழுவதும் போர்வையைப் போலப் போர்த்தியிருந்தது. அதுவோர் ஓவியமாகவே அவருக்குத் தெரிந்தது. எதையும் கலைக்கண்ணுடன் பார்க்கும் குணம் கொண்டவர்.

மனிதருக்கு ஓவியம் என்றால் பைத்தியம். பெரும்பணக்காரர். நிறையத் தொழிற்சாலைகளுக்கும், எஸ்டேட்களுக்கும் சொந்தக்காரர். இப்போது நியூ யார்க்குக்கு வந்ததும் ஏதாவது புதிய தொழில் தொடங்கலாம் என்றுதான்.

காபி குடிக்கலாம் என்று அந்த நட்சத்திர ஓட்டலின் முதல்தளத்தில் இருந்த ரெஸ்டாரன்ட்டுக்குச் சென்றவர், ஏதோ ஞாபகத்தில் வேகமாகக் கதவைத் திறந்தபோது வயதான ஒருவர்மீது மோதிக்கொண்டார். இதில் தடுமாறிக் கீழே விழுந்த அந்த வயதானவருக்கு நெற்றியில் வீக்கம்.

பதைபதைத்துப் போன இத்தாலியர், கையைப் பிடித்து அவரைத் தூக்கிவிட்டார். அவரிடம் பலமுறை மன்னிப்பைக் கேட்ட அந்த இத்தாலியரின் தோளை ஆதரவாகத் தட்டிக் கொடுத்த அந்தக் கிழவர் புன்னகையுடன், ‘டோண்ட் வொர்ரி. என்மீதும் தவறு இருக்கிறது. நானும் பார்த்து வந்திருக்கவேண்டும்.’ என்றதுடன், ‘வாங்களேன் ஒரு காபி சாப்பிடலாம்.’ என அழைத்தார்.

சங்கடத்தில் இருந்த அந்த இத்தாலியர்க்கு ஆச்சரியம். ‘இந்தக் காலத்தில் இப்படியும் இருக்கிறார்களே!’ என்று நெகிழ்ந்தபடி அந்தக் கிழவர் பின்னால் போனார்.

எதிரில் உட்கார்ந்திருந்த கிழவரை உன்னிப்பாகப் பார்த்தார் அந்த இத்தாலியர். அந்தக் கிழவருக்கு 60 வயது இருக்கும். மரியாதையை ஏற்படுத்தும் தோற்றம். உயர்ரக உடை. அதை அணிந்திருந்த விதத்திலும் ஒரு கண்ணியம். பெரும் பணக்காரர் எனத் தெரிந்தது. இல்லையென்றால், இந்த ஓட்டலுக்கு வர முடியுமா?

தன் பெயர் ஜான்சன் என்று அறிமுகப்படுத்திக்கொண்டார் கிழவர். ஒருவரையொருவர் விசாரித்துக் கொண்டனர். கொஞ்ச நேரத்தில் அவர்களின் பேச்சு ஓவியத்தின் பக்கம் போனது.

'ஓவியம் என்றால் என் தந்தைக்கு உயிர். உலகின் முக்கியமான ஓவியர்களின் படைப்புகள் அவரது கலெக்ஷனில் இருந்தன. இது பொழுதுபோக்கு இல்லை. ஒரு வெறியென்றே சொல்லலாம். ஒரு கட்டத்தில் இந்த ஓவிய ஆர்வம் முற்றிப்போய் இருக்கிற பணத்தை யெல்லாம் கொட்டி நியூ யார்க் ஓவியக் காட்சியகத்தை வாங்கினார்.

அவர் இறந்த பிறகு இதைப் பராமரிக்கும் பொறுப்பு என் கைக்கு வந்தது. என்னால் முடியவில்லை என்றாலும், அப்பாவின் லட்சியம் என்பதால் இந்த ஓவியக் காட்சியகத்தை இத்தனை நாளாக நான் பராமரித்து வருகிறேன். இப்ப வயசாயிடுச்சி இல்லையா? அதனால் இதைப் பாத்துக்கிறதுக்குக் கொஞ்சம் கஷ்டமா இருக்கு.' என்று சொன்ன ஜான்சன், சர்வரை அழைத்து மீண்டும் ஒரு காபி ஆர்டர் செய்தார்.

இத்தாலிய தொழிலதிபருக்குப் பயங்கர ஆச்சரியம். 'எவ்வளவு பெரிய கலைப் பொக்கிஷத்துக்குச் சொந்தக்காரர். கொஞ்சம்கூட பந்தா இல்லாமல் சிம்பிளாக இருக்கிறாரே! இந்த மாதிரி பெரிய மனுஷங்க கூடப் பழகுறதே ஒரு புண்ணியம்தான்' என்று தனக்குள் சொல்லிக் கொண்டார்.

அப்போது ரொம்பவும் டிப்டாப்பாக உடையணிந்த இளைஞன் ஜான்சனிடம் வந்து, 'சார். உங்ககிட்ட கொஞ்சம் தனியா பேசணும்.' என்றான்.

'என்ன விஷயம்ன்னாலும் இங்கயே சொல்லுப்பா. இவர் என் நண்பர்தான்.' என்றார் ஜான்சன்.

தன்னுடைய அடையாள அட்டையை எடுத்துக்காட்டி, 'நான் நியூ யார்க் டைம்ஸ் பத்திரிகையின் ரிப்போர்ட்டர். நீங்க நியூ யார்க் ஓவியக் காட்சியகத்தை விற்கப் போறீங்கன்னு பேச்சு அடிபடுதே. உண்மையா சார்.' என்றான்.

'அந்தக் காட்சியகத்தைப் பராமரிப்பது கொஞ்சம் கஷ்டமாகத்தான் இருக்கிறது. ஆனா, அதை விற்கும் ஐடியா இதுவரை இல்லை. பலபேர் இதே கேள்வியத்தான் கேட்குகிறாங்க. பார்க்கலாம். நாளைக்கு என்ன நடக்கப் போகுதுன்னு சொல்ல முடியாது!.' ஜான்சன் பேட்டியளித்தார்.

'சார். இதை நான் அப்படியே நியூஸா போட்டுக்கவா?'

'ஓகே. இது எப்ப வரும்?'

'வர்ற சண்டே அன்னிக்கு வர்ற சிறப்பு மலர்ல வரும் சார்.' சொல்லிவிட்டுக் கிளம்பிச் சென்றான் அவன்.

அந்த ரெஸ்டாரன்ட்டின் உள்ளே நுழைந்த பலரும், ஜான்சனைப் பார்த்தவுடன் மரியாதையுடன் அருகில் வந்து 'வணக்கம்' வைத்து விட்டுச் சென்றது மட்டுமில்லாமல், அதில் சில பேர், 'நியூ யார்க் ஓவியக் கூடத்தை விற்பது பற்றியும் அவரிடம் பேசிவிட்டுச் சென்றார்கள். நியூ யார்க் டைம்ஸ் பத்திரிகையின் நிருபரிடம் என்ன சொன்னாரோ அதே பதிலைத்தான் அவர்களிடமும் கூறினார் ஜான்சன். நேரம் கூடக்கூட, அந்த இத்தாலியருக்கு ஜான்சன் மீதான மதிப்பு கூடிக்கொண்டே போனது.

கொஞ்ச நேரத்தில் குண்டாக இருந்த ஒருவர், ஐந்தாறு பாதுகாவலர் களுடன் பந்தாவாக உள்ளே நுழைந்தார்.

ஒரு டேபிளில் உட்கார்ந்த அவர், தனக்குத் தேவையானதை ஆர்டர் செய்ய, சுற்றியுள்ள டேபிள்களில் பாதுகாவலர்கள் உட்கார்ந்தார்கள்.

'யார் அவர்?.' இத்தாலிய தொழிலதிபர் ஜான்சனிடம் கேட்டார்.

'அவர்தான் நியூ யார்க் நகர மேயர். அலட்டல் பேர்வழி. கொஞ்சம் இருங்கள். அவரிடம் பேசிவிட்டு வருகிறேன். இல்லையென்றால் கோபித்துக்கொள்வார்.' என்ற ஜான்சன், மேயரிடம் சென்று பேசிக் கொண்டிருந்தார்.

மேயரின் எதிரில் சாதாரணமாக உட்கார்ந்து பேசிக்கொண்டிருக்கும் ஜான்சனைப் பார்த்ததும், அவர் மேல் இருந்த மதிப்பு பல மடங்கு உயர்ந்துவிட்டது; இத்தாலிய தொழிலதிபரின் இதயச் சிம்மாசனத்தில் (?!) பெவிக்காலைப் போட்டு ஒட்டியது மாதிரி உட்கார்ந்து விட்டார் ஜான்சன்.

மீண்டும் தன் இருக்கைக்கு வந்த ஜான்சன் சலிப்புடன், 'இவரும் அதே கேள்வியைத்தான் கேட்கிறார். உங்களிடம் மட்டும் ஒரு உண்மையைச் சொல்கிறேன். அந்த ஓவியக்கூடத்தை விற்கத்தான் விரும்புகிறேன். ஆனால், இது வெளியே தெரிந்தால் ஏகப்பட்ட போட்டி வந்துவிடும். அதனால்தான் யார் கேட்டாலும், விற்க விரும்பவில்லை என்கிறேன். பெரிய பெரிய பணக்காரர்களும், அரசியல்வாதிகளும் அதை வாங்கிக் கொள்ள விரும்புகிறார்கள். தங்களுக்குக் கொடுத்துவிடும்படி என்னை நெருக்குகிறார்கள். அவர்களில் யாராவது ஒருவருக்கு அதை விற்றால் மற்றவர்கள் கோபித்துக்கொள்வார்கள். சங்கடமாகி விடும். சப்தமில்லாமல் வெளியூர்க்காரர் யாருக்காவது விற்றுவிடலாம் என்று நினைக்கிறேன்.

அதுவுமில்லாமல், ஓவியக்கூடத்தின் மேல் என் அப்பா உயிரையே வைத்திருந்தார். அதன் அருமை தெரிந்த ஒருவரிடம்தான் அதை விற்க விரும்புகிறேன். பார்க்கலாம். சீக்கிரம் ஏதாவது நல்ல முடிவு கிடைக்கும்.' என்று பெருமூச்சுடன் சொல்லிவிட்டு, 'உங்களைச் சந்தித்ததில் மிகவும் சந்தோஷம். உங்களுடன் இருந்த நேரம் இனிமையாகக் கழிந்தது.' என்று கூறி அவரின் கையைப் பிடித்துக் குலுக்கிவிட்டு நாற்காலியில் இருந்து எழுந்தார் ஜான்சன்.

'சார். ஒரு நிமிடம் இருங்கள். இப்படிக் கேட்கிறேனென்று கோபித்துக் கொள்ளக்கூடாது.' என்ற அந்த இத்தாலியர், 'அந்த ஓவியக் காட்சியகத்தை எனக்கு விற்க முடியுமா? நான் நியூ யார்க் வந்த காரணங்களில், அந்த ஓவியக்கூடத்தைச் சுற்றிப்பார்ப்பதும் ஒன்று. எனக்கு ஓவியங்களின் அருமை தெரியும். என் வீட்டிலேயே ஏகப்பட்ட ஓவியங்களை வைத்திருக்கிறேன். அதனால் ஓவியக்கூடத்தை எனக்குக் கொடுத்தால் பத்திரமாகப் பார்த்துக்கொள்வேன்.' என்றார்.

கொஞ்ச நேரம் யோசித்த ஜான்சன், 'முதலில் நீங்கள் ஓவியக்கூடத்தைச் சுற்றிப் பாருங்கள். அப்போதுதான் அதன் முழுமதிப்பு உங்களுக்குத் தெரியும். ஓவியக்கூடத்தை விலைக்கு வாங்கப்போகிறேன் என்று யாரிடமும் சொல்லிவிடாதீர்கள். விஷயம் வெளியே தெரிந்தால் எனக்குச் சங்கடமாகிவிடும். ஓவியக்கூடத்தைப் பார்த்துவிட்டு, உங்களுக்குத் திருப்தியாக இருந்தால் நாளைக்கு என் அலுவலகத்திற்கு வாருங்கள்.' என்று தன் விசிட்டிங் கார்டை அவரிடம் கொடுத்தார்.

•

நியூ யார்க்கின் மையப்பகுதியில் அமைந்திருந்தது அந்தச் சொகுசு அலுவலகம். அங்கே ஆடம்பரமாக உட்கார்ந்திருந்தான் ஜான்சன் என்ற பெயரில் ஒளிந்திருந்த ஜார்ஜ் பார்க்கர்.

அந்த ரெஸ்டாரன்ட்டில் இத்தாலிய தொழிலதிபருடன் மோதியது, நியூ யார்க் டைம்ஸ் பத்திரிகையின் ரிப்போர்ட்டர், ரெஸ்டாரன்ட்டில் வரிசையாக வந்து வணக்கம் சொன்ன கனவான்கள் எல்லாமே அவனுடைய செட்டப் தான்.

ஆனால், ரெஸ்ட்டாரன்ட்க்கு நியூ யார்க் மேயர் வந்தது மட்டும் உண்மையானது. அவரிடம், நகரத்தைப் பற்றிய பொதுவான விஷயங்களை மட்டுமே பேசிவிட்டு வந்தான். மற்றபடி அவருக்கும் இவனுக்கும் முன் அறிமுகமெல்லாம் கிடையாது.

வலை விரித்தாயிற்று. அதுவும் பலமான வலை. பட்சி எப்படியும் சிக்கிவிடும் என்று இத்தாலியரின் வருகைக்காகக் காத்திருந்தான்.

பார்க்கர் காத்திருந்தது வீணாகவில்லை. சொன்னபடியே வந்துவிட்டார் இத்தாலியர்.

நியூ யார்க் ஓவியக் கூடத்தை வாங்கிக்கொள்ளச் சம்மதம் தெரிவித்தவர், விலையைப் பற்றிக் கேட்டார். ஜான்சன் என்ற பார்க்கர் சொன்ன விலையைக் கேட்ட இத்தாலியருக்கு ஆச்சரியம். ஏனென்றால் விலை ரொம்பவும் குறைவு. மனுஷர் அதன் உண்மையான மதிப்புத் தெரியாமல் சொல்கிறாரோ? உலகமே வியந்து பாராட்டும் நியூ யார்க் ஓவியக் காட்சியகத்தை அடிமாட்டு விலைக்கு விற்கிறாரே? எப்படியிருந்தாலும் நமக்கு நல்லதுதான்.

நியூ யார்க் ஓவியக் காட்சியகம் சம்பந்தமாகத் தன்னிடமிருந்த அத்தனை ஆவணங்களையும்(?!) எடுத்து டேபிளில் போட்டான் பார்க்கர். (இனி அப்படியே அழைப்போம்). அரசு முத்திரைகளுடன் எல்லா ஆவணங்களும் சரியாக இருந்தன. உடனே ஒப்பந்தம் கையெழுத்தானது; பணமும் கைமாறியது; இருவரும் சந்தோஷமாகக் கை குலுக்கினார்கள்.

'நாளைக் காலையில் ஓவியக் கூடத்துக்கு வந்துவிடுங்கள். அங்குள்ள அதிகாரிகளுக்கும் ஊழியர்களுக்கும் உங்களை அறிமுகப்படுத்தி வைக்கிறேன். நல்ல நேரம் பார்த்து ஓவியக்கூடத்தின் நிர்வாகப் பொறுப்பை ஏற்றுக்கொள்ளுங்கள்.' என்று சொல்லி அவரை அனுப்பி வைத்த பார்க்கர், சில நிமிட இடைவெளிக்குப் பின் தானும் வெளியேறினான்.

அங்கே கார் தயாராக இருந்தது. அதிலேறி விமான நிலையத்தை நோக்கிப் பறந்தான். அங்கே, அவன் கனடாவுக்குப் பறப்பதற்காக விமானமும் தயாராக இருந்தது.

•

மறுநாள் காலை மிகுந்த சந்தோஷத்துடன், நியூ யார்க் ஓவியக் காட்சியகத்துக்குச் சென்ற இத்தாலியர், அங்கு ஜான்சனுக்காகக் காத்திருந்தார். காலை கடந்து மதியமாகியும் ஜான்சன் வராததால், காட்சியகத்தின் அலுவலகத்துக்குச் சென்று விசாரித்தார்.

'ஜான்சனா. யாரது?'

'இந்த இடத்தின் முதலாளி!'

'என்னது முதலாளியா? இந்தக் காட்சியகம் அரசாங்கத்துக்குச் சொந்தமானது. அரசாங்கம்தான் இதன் உரிமையாளர்.'

இதைக் கேட்டதும் அடுத்து என்ன பேசுவது என்று தெரியாமல் அயர்ந்து நின்றுவிட்டார் இத்தாலியர். அந்த இடமே சுழல்வதைப்போல

இருந்தது. 'அப்படியானால் என் பணம் அவ்வளவுதானா? இப்படி மோசம் போய் விட்டோமே?' என்று மனதுக்குள் புலம்பிய இத்தாலியருக்குத் தன்னை ஒருவன் ஏமாற்றிவிட்டான் என்ற வேதனை அதிகமாக இருந்தது.

போலீசில் புகார் செய்தார். 'ஏங்க. படிச்சவர் மாதிரி இருக்கீங்க. இதையெல்லாம் விசாரித்துப் பார்க்கவேண்டாமா? இவ்வளவு ஏமாளியா இருக்கீங்களே!' என்று அவருக்கு அட்வைஸ் செய்து அனுப்பிய போலீசாருக்கு, இது ஜார்ஜ் பார்க்கரின் வேலைதான் என்பது உறுதியாகத் தெரிந்தது. பார்க்கரின் மோசடிக்கணக்கில் மேலும் ஒன்று சேர்ந்தது.

•

அதுநாள்வரை பார்க்கருக்குத் துணையாக இருந்த நல்லநேரம் அவனைக் கைவிட்டது எனலாம். கை நிறையப் பணத்தை வைத்துக் கொண்டு கனடாவில் ஆட்டம் போட்ட பார்க்கர், மீண்டும் புரூக்ளின் பாலத்தை விற்பதற்காக நியூ யார்க்குக்கு வந்தான்; போலீஸ் விரித்த வலையில் சிக்கினான்; நீதிமன்ற உத்தரவின் பேரில் சிறையில் அடைக்கப்பட்டான்.

ஆனாலும் அவன் திருந்தவில்லை. சிறையிலிருந்து வெளியே வந்தவன் மீண்டும் புரூக்ளின் பாலம், நியூ யார்க் ஓவியக்கூடத்தை விற்க முயன்ற போது மீண்டும் போலீசில் சிக்கினான்; சில ஆண்டுகள் சிறைவாசத்தை அனுபவித்தான்.

இந்தச் சிறைவாசத்தை முடித்து வெளியே வந்த பார்க்கர், எந்த மோசடியிலும் இறங்காமல் வாலைச் சுருட்டிக்கொண்டு அமைதியாக இருந்தான். இதைப் பார்த்து அவனின் நண்பர்களுக்கு ஆச்சரியம்.

அவர்களில் ஒருவன், 'என்னப்பா ஆச்சு? திருந்திட்டியா?' என்று கேட்டான்.

'போலீஸ் என்னைத் தொடர்ந்து கண்காணிக்குது. இந்த நேரத்துல எதையாவது செஞ்சு மாட்டிக்கக்கூடாது. பிரமாண்டமான ஐடியா ஒண்ணு இருக்கு. அந்த பிளான் சக்சஸ் ஆனதும் இந்தத் தொழிலை விட்டுட்டு அமைதியான வாழ்க்கை வாழப் போகிறேன்.' என்றான். ஆனால், விதி அவனை அமைதியாக வாழ விடவில்லை.

•••

14

இங்கு 'கிராண்ட் கல்லறை' விற்கப்படும்!

ஜார்ஜ் சி பார்க்கர் ஆபரேஷன் - 4

நியூ யார்க் ஓவியக் காட்சியகத்திலிருந்து ஒரேயொரு ஓவியத்தைத் திருட முடியுமா என்று சவால் விட்ட ரிச்சர்டுக்குப் பதிலடியாக, ஒரேயொரு ஓவியத்தை யல்ல, அந்த ஓவியக் காட்சியகத்தையே தன்னால் விற்க முடியும் என்று நிரூபித்துக் காட்டிய பார்க்கர், கடைசியாகப் பெருந்தொகை ஒன்றைப் பார்த்துவிட்டுத் தொழிலிலிருந்து விலகிக்கொள்ள ஆசைப்பட்டான்.

அதற்கு அவன் தேர்ந்தெடுத்ததுதான் யுலீசிஸ் கிராண்ட் கல்லறை.

நியூ யார்க்கின் அடையாளங்களில் ஒன்று, யுலிசீஸ் கிராண்ட் தேசிய நினைவு மண்டபம். சுருங்கச் சொன்னால் கிராண்ட் கல்லறை.

சுதந்திரதேவி சிலை, புரூக்ளின் பாலம், அசல் மேடிசன் கார்டன் சதுக்கம், ஓவியக் காட்சியகம் போன்றவை எப்படி நியூ யார்க்கில் முக்கியத்துவம் வாய்ந்தவையோ, அவற்றுக்கு ஒரு குந்துமணியளவு கூடக் குறையாத தகுதியைப் பெற்றது கிராண்ட் கல்லறை.

யுலிசீஸ் கிராண்ட்.

அமெரிக்க மக்கள் எல்லோராலும் விரும்பப்படுபவர். ஒன்றுபட்ட அமெரிக்கா உருவாக பாடுபட்ட முக்கியமானவர்களில் ஒருவர். அமெரிக்காவிலுள்ள சில மாகாணங்கள் தங்களைத் தனி நாடுகளாக அறிவித்துப் பிரிந்து சென்றபோது, இவர் தலைமையில் சென்ற அரசு படைகள், அந்த மாகாணங்களைப் போரில் வென்று, அமெரிக்காவுடன் இணைத்தன.

அமெரிக்காவின் ராணுவ ஜெனரலாக இருந்த இவர், பதவியிலிருந்து ஓய்வு பெற்ற பின், ஜனாதிபதி பதவிக்குப் போட்டியிட்டு, அமெரிக்காவின் 18ஆவது ஜனாதிபதியாக ஆனார். இவர் தொண்டைப் புற்று நோயால் பாதிக்கப்பட்டு, 1885ம் ஆண்டு ஜூலை 23இல் இறந்தார். அவர் நினைவாக கட்டப்பட்டதுதான் இந்தக் கல்லறை.

கிராண்ட் கல்லறையைப் பற்றிய குறிப்பைப் படித்துக்கொண்டே அந்த வளாகத்தினுள் நுழைந்தார் அந்த ஐரோப்பியர். கொஞ்ச நேரம் கழித்துக் கைக்கடிகாரத்தைப் பார்த்தவர் பரபரத்தார்.

'ஐயோ நேரமாகிவிட்டதே!. கர்னல் பீட்டரை வரச்சொல்லி யிருந்தோமே.' என்று தனக்குள் சொல்லிக்கொண்டே தான் தங்கியிருந்த சொகுசு ஓட்டலுக்குத் திரும்பினார்.

வரவேற்பறையில் கர்னல் பீட்டரும் அவருடன் ஓர் இளம்பெண்ணும் காத்திருந்தனர். தன்னைப் பார்த்தவுடன் எழுந்த அவர்களை அழைத்துக் கொண்டு தன் அறைக்குச் சென்றார்.

'சொல்லுங்க சார். எதுக்கு என்னை வரச் சொன்னீங்க? ' கர்னல் பீட்டர் கேட்டார்.

அந்த ஐரோப்பியரும், கர்னல் பீட்டரும் ரொம்ப நாள் பழக்கமெல்லாம் இல்லை. எல்லீஸ் தீவு வழியாக நியூ யார்க் வரும்போது கப்பலில்தான் அறிமுகம். பார்த்தவுடன் இருவருக்குமே பிடித்துவிட்டது. கொஞ்சம் பழகியவுடன் ஓரளவுக்கு நெருக்கமாகிவிட்டார்கள்.

'கர்னல். நானும் நியூ யார்க்கிலேயே செட்டிலாகலாம்ன்னு நினைக்கிறேன். கப்பலில் வரும்போது நீங்கள் உங்களுக்குத் தெரிந்த பிசினஸ்மேன்களை அறிமுகப்படுத்துவதாகச் சொன்னீர்கள். அவர்களிடம் கேட்டு ஏதாவது நல்ல பிசினஸ் இருந்தால் சொல்லுங்கள்.' என்றார் அந்த ஐரோப்பியர்.

'கவலையை விடுங்கள். நியூ யார்க்கில் பாதி பிசினஸ்மேன்கள் எனக்கு நண்பர்கள்தான். அவர்களிடம் உங்களை அறிமுகப்படுத்தி வைக்கிறேன். நல்ல நல்ல ஐடியாக்களைத் தருவார்கள்.'

தனது பேச்சைக் கேட்பதைப்போலத் தெரிந்தாலும் முன்னழகு தெரியக் கவர்ச்சியாக உட்கார்ந்திருந்த அந்த இளம்பெண் மீதே ஐரோப்பியரின் கவனம் முழுதும் இருந்ததைப் பார்த்த கர்னல் பீட்டர், 'ஐயாம் சாரி. இந்தப் பெண்ணை அறிமுகப்படுத்த மறந்து விட்டேன். இவள் என் சிநேகிதர் அலெக்ஸ் கிராண்ட்டின் மகள் லாரா கிராண்ட். அலெக்ஸ் கிராண்ட் சாதாரண ஆள் இல்லை. அமெரிக்காவின் முன்னாள் ஜனாதிபதி யுலிசீஸ் கிராண்ட்டின் பேரன். வாழ்ந்து கெட்ட குடும்பம். சில கூடா நட்பால் எல்லாச் சொத்தும் போய்விட்டது. இப்போது மிஞ்சியிருப்பது கிராண்ட் கல்லறை மட்டும்தான்.' என்றார்.

இவ்வளவு சொன்ன பிறகும், ஐரோப்பியரின் கண்கள், லாராவையே மொய்த்துக் கொண்டிருப்பதைப் பார்த்த கர்னல் பீட்டர், 'ஓகே. பட்சி விழுந்துவிட்டது.' என்ற மகிழ்ச்சியில் அங்கிருந்து லாராவுடன் கிளம்பினார்.

•

இரண்டு நாட்களுக்குப் பிறகு கடைத்தெருவில் காலாற நடந்து கொண்டிருந்தார் அந்த ஐரோப்பியர். அப்போது தனது தோளை யாரோ தட்டுவதை அறிந்து திரும்பிப் பார்த்தார். அட! லாரா. அடுத்த கணம் ஐரோப்பியரின் மனம், அவரின் வயதைவிட அதிகமாகத் துள்ளியது.

'ஹலோ சார். என்ன இந்தப் பக்கம்? எப்படி இருக்கீங்க?'

'சும்மா சுத்திப் பார்க்கலாம்ன்னு வந்தேன்.'

'வாங்க. என் வீடு பக்கத்தில்தான் இருக்கிறது. ஒரு கப் காபி சாப்பிட்டுட்டு வரலாம். என் அப்பாவையும் உங்களுக்கு அறிமுகப் படுத்தி வைக்கிறேன்.' என்றாள் லாரா.

லாராவின் பேச்சுக்கு மறுபேச்சே இல்லாமல் அவளுடன் சென்றார் அவர். அந்தக் காட்சியைப் பார்த்தால், பூசாரியின் பின்னால் பலியாடு போவதைப்போல இருந்தது.

அங்கிருந்து பத்து நிமிட நடை தூரத்திலேயே இருந்தது லாராவின் வீடு. நட்ட நடு ஹாலில் கம்பீரமாக அமர்ந்திருந்தார் கர்னல் அலெக்ஸ் கிராண்ட். கெட்டாலும் மேன்மக்கள் மேன்மக்களே என்பதற்கு உதாரணமாக இருந்தார் அவர். முகத்திலேயே ராணுவத்தனம் இருந்தது. உடலை விறைப்பாக வைத்திருந்தார். அவருக்கருகில் இருந்த நாற்காலியில் கர்னல் பீட்டர் உட்கார்ந்திருந்தார்.

ஹால் சுவரில் கிராண்ட் கல்லறையின் பிரமாண்ட ஓவியம் மாட்டப் பட்டிருந்தது. அடுத்தடுத்த சுவர்களில் யுலிசீஸ் கிராண்ட்டின் முழு

உருவப் படம், அவர் தன் குடும்பத்தினருடன் இருப்பதைப் போன்ற ஓவியங்கள் மாட்டப்பட்டிருந்தன. ராணுவ உடையில் கர்னல் அலெக்சின் ஓவியமும் மாட்டப்பட்டிருந்தது.

பரஸ்பரம் அறிமுகம் முடிந்ததும், கர்னல் அலெக்ஸ் தான் பேச்சை ஆரம்பித்தார்.

'சார். நீங்க ஏதாவது பிசினஸ் இருந்தா சொல்லச் சொன்னதா பீட்டர் சொன்னார். இப்ப, எனக்கு ஒரு ஐடியா தோணுது. உங்களுக்கு சரின்னு பட்டால் செய்யுங்க. இந்த நகர வாழ்க்கை அலுத்து விட்டது. என் கடைசிக் காலத்தை ஏதாவதொரு தீவுல கழிக்கலாம்ன்னு நினைக்கிறேன். அதுக்குப் பணம் வேணும். அதுமட்டுமில்லாம எனக்குக் கொஞ்சம் கடன் இருக்கு. அதையும் அடைக்கணும்.

என் தாத்தாவின் கல்லறையான யுலிசீஸ் கிராண்ட் கல்லறையை யாருக்காவது விக்கலாம்ன்னு பார்க்குறேன். அதை ஏன் நீங்க வாங்கக்கூடாது? இந்த விஷயம் வெளியே தெரிஞ்சா எனக்குத் தர்ம சங்கடம். காதும் காதும் வச்சது மாதிரி டீலை முடிக்கணும்ன்னு நினைக்கிறேன். என்ன சொல்றீங்க?'

அந்த ஐரோப்பியருக்கும் அது சரியெனப்பட்டது. தன்னுடன் உரசியபடி உட்கார்ந்திருந்த லாராவைப் பார்த்தார். அந்தக் கண்களில் இருந்த கவர்ச்சி, அவரை வேறு எதையுமே யோசிக்கவிடவில்லை. உடனடியாக விலை பேசப்பட்டது. கர்னல் பீட்டர் இருவருக்கும் பொதுவாக இருந்து அந்த டீலை முடித்து வைத்தார்.

மறுநாள், கனமான இரும்பு பீரோவிலிருந்த கிராண்ட் கல்லறை சம்பந்தப்பட்ட அத்தனை டாக்குமென்ட்டுகளையும், எடுத்து வைத்தார் கர்னல் அலெக்ஸ். அவற்றைக் கர்னல் பீட்டரும், அந்த ஐரோப்பியரும் பார்த்தனர். எல்லாமே அரசு முத்திரைகளுடன் இருந்தன. உடனடியாக ஆவணங்களும், பணமும் கைமாறின. ஆவணங்கள் கைமாறியபோது, கர்னல் அலெக்சும், லாராவும் கண்கலங்கினர்.

கொஞ்ச நேரத்தில் தன்னை ஆசுவாசப்படுத்திக்கொண்ட கர்னல் அலெக்ஸ், 'சார். நாளைக்கு ஒரு விருந்துக்கு ஏற்பாடு செய்திருக்கேன். இந்த நகரத்துல இருக்குற அத்தனை பெரிய மனிதர்களையும் அழைச்சிருக்கேன். நீங்களும் வாங்க. முறைப்படி எல்லாருக்கும் உங்களை அறிமுகப்படுத்தி வைக்கிறேன்.' என்றார்.

ஆவணங்களை எடுத்துக்கொண்டு சந்தோஷத்துடன் தான் தங்கியிருந்த ஓட்டலுக்குத் திரும்பினார் ஐரோப்பியர். மறுநாள் மாலை தோரணையுடன், அலெக்சின் பங்களாவுக்குச் சென்றார். ஆனால்,

பங்களாவுக்குள் நுழைந்தவருக்குப் பயங்கர ஷாக். மொத்த வீடும் காலியாக இருந்தது. உலகமே சுழல்வது போலிருந்தது அவருக்கு. அடுத்த நிமிடம் போலீஸ் ஸ்டேஷனுக்கு ஓடினார்.

அதே நேரத்தில் நகரத்தின் மற்றோர் ஒதுக்குப்புறமான இடத்தில், கர்னல் அலெக்ஸ், பீட்டர், லாரா ஆகியோர் ஒன்றாக உட்கார்ந்து சிரித்துக்கொண்டிருந்தனர்.

கர்னல் அலெக்ஸ் கிராண்ட் என்ற பெயரில் கடைசிக் காட்சியில்தான் பார்க்கர் வந்தாலும், இந்தக் கல்லறையை விற்கும் ஆபரேஷனுக்குக் கதை, திரைக்கதை, வசனம், இயக்கம் என எல்லாமே அவன்தான். லாரா என்ற போலிப் பெயரில் ஒளிந்திருந்த பெண்ணுக்கும், கர்னல் பீட்டருக்கும் சேர வேண்டிய பணத்தைக் கொடுத்து விட்டு அந்த ஊரை விட்டு மூட்டையைக் கட்டினான் பார்க்கர்.

இதுதான் கடைசி; இனிமேல் எதுவும் வேண்டாம்; அமைதியான வாழ்க்கை வாழலாம் என்று தான் பார்க்கர் நினைத்தான். ஆனால், ஆடிய காலும் பாடிய வாயும் சும்மா இருக்காது என்று சொல்வார்கள்.

அது பார்க்கர் விஷயத்தில் உண்மையாகிப் போனது.

•••

15

மலிவு விலையில் மேடிசன் கார்டன் சதுக்கம்!

ஜார்ஜ் சி பார்க்கர் ஆபரேஷன் - 5

கிராண்ட் கல்லறையை விற்றபோது, 'இதுதான் கடைசி' என்று பார்க்கர் நினைத்தான். நினைத்ததோடு சரி. அவனால் அத்துடன் நிறுத்திக்கொள்ள முடிய வில்லை. இந்தமுறை அவனை ஈர்த்தது, அசல் மேடிசன் கார்டன் சதுக்கம்.

அசல் மேடிசன் கார்டன் சதுக்கம் என்பது 1890ம் ஆண்டு கட்டப்பட்ட, நியூ யார்க் நகரிலுள்ள ஒரு பிரபலமான உள் விளையாட்டு அரங்கம். 1902-1903ம் ஆண்டுக்கான உலகக்கோப்பைக் கால்பந்தாட்டப் போட்டிகள் இங்குதான் நடந்தன.

அனைத்து வகையான விளையாட்டுப் போட்டிகள், இசை நிகழ்ச்சிகள், சர்க்கஸ், கட்சிகளின் மாநாடு என எல்லா வகையான நிகழ்வுகளும் இங்கு நடக்கும். அந்தக் காலத்தில் மிகவும் புகழ் பெற்ற அரங்கம் இது. இந்த அரங்கத்தைத்தான் விற்கத் திட்டமிட்டான் பார்க்கர்.

•

நியூ யார்க்கின் அந்த நட்சத்திர ஓட்டல் அறையில் தங்கியிருந்த குண்டான பெண்மணி, வானத்துக்கும் பூமிக்கும் குதித்துக் கொண்டிருந்தாள். ஓட்டலின் மேனேஜர் அந்தப் பெண்ணைச் சமாதானப்படுத்திக் கொண்டிருந்தார்.

'என் கணவர் ஆசை ஆசையாக வாங்கிக் கொடுத்தது. குளிக்கப் போவதற்கு முன் இங்கேதான் வைத்திருந்தேன். திரும்பி வந்து பார்த்தால் நெக்லஸைக் காணவில்லை. போலீசைக் கூப்பிடுங்கள்.' என்று கத்திக்கொண்டிருந்தாள்.

மேனேஜருக்கு என்ன சொல்வதென்று புரியவில்லை. போலீஸ் வந்தால் ஓட்டலின் மானம் போய்விடும். பெரிய மனிதர்கள் தங்கும் ஓட்டல். திருடு நடந்துவிட்டது என வெளியே தெரிந்தாலே பெரிய பிரச்னை தான். இதை எப்படிச் சமாளிப்பது என்று தெரியாமல் கையைப் பிசைந்து கொண்டிருந்தார்.

அந்த நேரத்தில் உள்ளே நுழைந்தார் அந்த நடுத்தர வயதுக்காரர். சுத்தமான, விலை உயர்ந்த ஆடைகள். மரியாதைக்குரிய தோற்றம்.

'மேடம். இந்த நெக்லஸ் உங்களுடையதா பாருங்கள்.'

'ஆமாம். என்னுடையதுதான்.'

'என் பெயர் பிரின்ஸ் தாமஸ். நான் பக்கத்து அறையில்தான் தங்கியிருக்கிறேன். நான் உள்ளே வரும்போது எதிரில் வேகமாக வந்த ஒருவன் என்மீது மோதிவிட்டு ஓடினான். அவன் பாக்கெட்டில் இருந்து இந்த நெக்லஸ் விழுந்தது. மேனேஜர்கிட்ட கொடுக்கலாம்னு வந்தா இங்க இந்தப் பிரச்னை.' என்று சொல்லி அந்த நெக்லசை அந்தப் பெண்ணிடம் கொடுத்துவிட்டுத் தன் அறைக்குச் சென்றார் அவர்.

மேனேஜர் நிம்மதியுடன் அங்கிருந்து நகர்ந்தார்.

அன்று முதல் அந்தப் பெண்ணும், தாமஸூம் நல்ல நண்பர்களாயினர்.

மெக்ஸிகோவைச் சேர்ந்த அந்தப் பெண்ணின் கணவர் சில மாதங்களுக்கு முன்புதான் இறந்திருந்தார். அந்த ஊரில் இருந்தால் கணவனின் ஞாபகம் வருகிறது என்று நியூ யார்க்கில் செட்டிலாக வந்திருந்தாள். அவள் மட்டும் வரவில்லை. அவள் கணவன் சேர்த்து வைத்த பணத்தை மூட்டையாகக் கட்டி எடுத்து வந்திருந்தாள், ஏதாவது பிசினஸ் செய்யலாம் என்று. தன் யோசனையைத் தாமசிடம் சொன்னாள்.

'நல்லா செய்யலாமே. எனக்கும் உங்களுக்கும் என்ன பொருத்தம் பாருங்க!. நான் இந்த ஊர்ல இருக்கிற என் சொத்துகளை வித்துட்டு

ஜெர்மன்லயே செட்டிலாகலாம்ன்னு இருக்கேன். என் எல்லாச் சொத்தையும் வித்துட்டேன். மேடிசன் கார்டன் சதுக்கம் மட்டும்தான் பாக்கி. உங்களுக்கு ஆட்சேபனை இல்லன்னா. அதை வாங்கிக் கோங்களேன். விளையாட்டுப் போட்டிகள், சர்க்கஸ், மாநாடு எல்லாம் நடப்பதால் நல்ல வாடகை வருகிறது.' என்றார் தாமஸ்.

அந்த மெக்ஸிகோ பெண்ணும் சம்மதித்தாள். மறுநாள் இருவரும் மேடிசன் கார்டன் சதுக்கத்துக்குச் சென்றனர்.

அவர்கள் சென்ற கார் போர்டிகோவில் நின்றதுமே காரை விட்டு இறங்க வசதியாக, கோட் சூட் அணிந்த ஒருவர் வந்து பணிவாக கார் கதவைத் திறந்து விட்டார்.

'இவர் தான் இந்தச் சதுக்கத்தின் மேனேஜர். இந்த அரங்கை உங்களுக்குச் சுற்றிக் காண்பிப்பார். அதுவரை நான் ஆபீஸ் ரூமில் இருக்கிறேன்.' என்று அந்தப் பெண்ணிடம் சொல்லிவிட்டு வேறு பக்கம் சென்றார் தாமஸ்.

அரங்கத்தைச் சுற்றிப் பார்த்துவிட்டு அந்தப் பெண் திரும்பி வந்தபோது தன் காருக்கருகில் தயாராக இருந்தார் தாமஸ். இருவரும் மீண்டும் ஓட்டலுக்குத் திரும்பினர்.

அந்தச் சதுக்கத்தை விலைக்கு வாங்கச் சம்மதித்தார் மெக்ஸிகோ பெண். இருவரும் பேசி விலையை முடிவு செய்த பின் பத்திரமும் பணமும் கைமாறின.

அடுத்த சில நிமிடங்களில் தன் அறையைக் காலி செய்துவிட்டு வெளியே வந்து காரில் ஏறி ஏர்ப்போர்ட்டுக்குச் சென்றான் தாமஸ் என்ற பெயரில் அந்தப் பெண்ணிடம் மோசடியில் ஈடுபட்ட பார்க்கர். இப்போது புரிந்திருக்குமே, ஓட்டலில் நகையை எடுத்தவனும் பார்க்கரின் ஆள்தான் என்று.

அந்தச் சதுக்கத்தின் மேனேஜராக நடித்தவனுக்கு ஏர்ப்போர்ட்டில் வைத்து அவனுக்கான பங்கைக் கொடுத்த பார்க்கர், அடுத்த ஒருமணி நேரத்தில் லாஸ் ஏஞ்சல்ஸ் செல்லும் விமானத்தில் பறந்து கொண்டிருந்தான்.

•

வெளிநாடுகளிலிருந்து எல்லீஸ் தீவு வழியாக நியூ யார்க்குக்கு வந்து குடியேறுபவர்கள் தான் பார்க்கரின் குறியென்று முன்பே சொல்லியிருந்தோம்.

ஜார்ஜ் சி பார்க்கரின் தொல்லையைத் தாங்க முடியாமல், ‘நியூ யார்க்கிலுள்ள புரூக்ளின் பாலம், சுதந்திரதேவி சிலை போன்ற பாரம்பரிய அடையாளங்கள் அரசின் சொத்து. அவற்றை யாராவது விற்பதாகச் சொன்னால் நம்பாதீர்கள்’ என்று எல்லீஸ் தீவில் பல மொழிகளில் போஸ்டர்களை அடித்து ஒட்டாத குறையாக அறிவிப்பைச் செய்தார்கள்.

அப்படியும் ஒன்றிரண்டு பேர் பார்க்கரிடம் ஏமாந்து கொண்டுதான் இருந்தனர்.

‘எப்படியாவது பார்க்கரைப் பிடித்து விடவேண்டும்’ என்று நியூ யார்க் போலீசாரும், ரகசிய போலீசாரும் நகரம் முழுவதும் வலைவிரித்துக் காத்திருந்தனர். அந்த ஆண்டு கிறிஸ்துமஸ் பண்டிகையைக் கோலாகல மாகக் கொண்டாட நினைத்த பார்க்கர், புரூக்ளின் பாலத்தை மீண்டும் விற்க முயன்றபோது மாட்டிக்கொண்டான்.

போலீசார், 1928ம் ஆண்டு டிசம்பர் 17ஆம் தேதி, பாட்டா கிங்ஸ் கவுண்டி நீதிமன்றத்தில் நீதிபதி மெக்லாப்லின் முன்பு பார்க்கரை நிறுத்தினர். அவனது புகழ் (?!) அந்த நீதிபதிவரை ஏற்கெனவே பரவியிருந்தது.

அப்பாவியைப் போல நின்றுகொண்டிருந்த அவனைக் கொஞ்ச நேரம் உற்றுப் பார்த்த நீதிபதி, இனியும் இவனை வெளியேவிட்டால் அமெரிக்காவின் மானத்தைக் கப்பலில் ஏற்றிடுவான் என்று நினைத்தாரோ என்னவோ, ஆயுள் தண்டனையைக் கொடுத்துவிட்டார். அமெரிக்காவில் ஆயுள் தண்டனை என்றால் சாகும்வரையிலும் ‘களி’ தான். வெளியே வரவே முடியாது.

சிறையில் பார்க்கருக்கு என்று தனியாக ரசிகர் கூட்டமே இருந்தது. பூர்ணக் கும்பம், மாலை மரியாதை, மேளதாளம் வைக்காததுதான் பாக்கி.

சிறையில் பார்க்கரைச் சுற்றி எப்போதும் ஒரு கும்பல் இருந்து கொண்டே இருக்கும்.

புரூக்ளின் பாலம், சுதந்திரதேவி சிலை, கிராண்ட் கல்லறை, மேடிசன் கார்டர்ன் சதுக்கம் போன்றவற்றை விற்ற கதைகளைச் சொல்லச் சொல்லிக் கேட்பார்கள். அவனும் சுவாரஸ்யம் குறையாமல் அந்தக் கதைகளைச் சொல்லுவான். கைதிகள் மட்டுமல்ல, காவலாளிகளும் அவனது ரசிகர் கூட்டத்தில் அடக்கம்.

இந்த இடத்தில் ஒரு விஷயத்தைச் சொல்ல வேண்டும். புரூக்ளின் பாலத்தை விற்ற முதல் ஆசாமி ஜார்ஜ் பார்க்கர் இல்லை. அவனுக்கும் ஒரு குரு இருக்கிறான். பெயர், வில்லியம் மெக்கன்லி.

ஆனால், ஏமாற்று வித்தையில் பார்க்கரைப் போல அவ்வளவு திறமைசாலியில்லை. நியூ ஜெர்சியைச் சேர்ந்த வில்லியம் மெக்கன்லி, 1901இல் இந்தப் பாலத்தை விற்க முயன்று மாட்டிக்கொண்டு இரண்டரை ஆண்டுகள் சிறையில் இருந்தான்.

இன்னும் அவனுக்கு முன்னும் சிலர் புரூக்ளின் பாலத்தை விற்றிருக் கிறார்கள். ஆனால், அவர்கள் ஜார்ஜ் பார்க்கர் அளவுக்கு ஏமாற்றுக்காரர்கள் என்ற பேரைப் பெறவில்லை.

தன் கடைசிக்காலத்தை அமைதியாகக் கழிக்கவேண்டும் என்று நினைத்த பார்க்கர், தனது வாழ்வின் கடைசி எட்டு ஆண்டுகளை சிறையில் கழித்த நிலையில், 1936ம் ஆண்டு அங்கேயே இறந்தான். அவன் இறந்து விட்டாலும், அவனது புகழ் (?!) இன்றும் பேசப்படுகிறது.

அமெரிக்காவின் நியூ யார்க் நகரத்தில் புரூக்ளின் பாலத்தின்மீது நடக்கும்போதும், கிராண்ட் கல்லறை, சுதந்திர தேவி சிலை, மேடிசன் கார்டன் சதுக்கம் ஆகியவற்றைக் கடக்கும்போதும் ஜார்ஜ் பார்க்கரைப் பற்றி நினைக்காமல் இருக்க முடியாது, இவற்றை எத்தனை முறை ஜார்ஜ் சி பார்க்கர் விற்றிருப்பான் என்று!

•••

16

F.B.I. பிடரியை இழுத்துப் பார்த்த C.I.A. பெண் உளவாளி!

நடா நதிம் சாகசம்

அமெரிக்க உளவுத்துறையின் சி.ஐ.ஏ. தலைமையகம் அமைந்துள்ள லாங்க்லியில் இருந்து வெளியே வந்த, நடா நதிம் பிரௌட்டி, சுற்றும் முற்றும் பார்த்துக் கொண்டாள்.

தன்னை யாரோ பின்தொடர்வதைப்போல உணர்ந்தாள். மீண்டும் சுற்றிப் பார்த்தாள். யாருமில்லை. அப்படி யென்றால் ஏன் இந்த உணர்வு? இன்று மட்டுமல்ல, கடந்த இரண்டு நாட்களாக இப்படித்தான் உணர்கிறாள். இது பிரமையா?

இத்தனை நாட்கள் இல்லாத பிரமை இப்போது மட்டும் எப்படி வருகிறது? அடிவயிற்றில் இருந்து தோன்றிய பயவுணர்வு நெஞ்சை அடைத்தது. கண்டுபிடித்து விட்டார்களோ? 'இருக்காது. வாய்ப்பே இல்லை.' என்று தன்னை ஆறுதல்படுத்திக் கொண்டாள்.

•

F.B.Iன் தலைமையகம். உயரதிகாரிகள் பரபரப்பாக இயங்கிக் கொண்டிருந்தார்கள். நடா நதிம் பிரௌட்டி

சம்பந்தப்பட்ட அத்தனை ஃபைல்களும் டேபிளின் மேல் வைக்கப் பட்டிருந்தன. இரண்டு அதிகாரிகள் அந்த ஃபைல்களை உன்னிப்பாகக் கவனித்துக்கொண்டிருந்தனர். இன்னும் சிலர் போனில் சில தகவல்களை விசாரித்துக் கொண்டிருந்தனர். எல்லாமே நடா நதிம் பிரௌளட்டியைப் பற்றித்தான்.

•

லெபனானின் ஹிஸ்புல்லா அமைப்பின் முக்கிய கேந்திரத்திலும் பரபரப்புத் தொற்றிக் கொண்டிருந்தது. முக்கியமான சோர்ஸிடமிருந்து அப்போதுதான் தகவல் வந்திருந்தது, நடா நதிம் பிரௌளட்டியின் மேல் எஃப்.பி.ஐ.யின் கண் பதிந்துவிட்டது என்று. இந்தத் தகவலைச் சொல்லி அவளை அலர்ட் செய்யலாம். ஆனால், டூ லேட். இந்நேரம் அவளது ஒவ்வொரு அசைவும் கண்காணிக்கப்பட்டுக் கொண்டிருக்கும். எஃப்.பி.ஐ.யின் பார்வையிலிருந்து ஒரு அடி கூடப் போய்விட முடியாது. நகர்ந்தாலே மடக்கி விடுவார்கள்.

யார் இந்த நடா நதிம் பிரௌளட்டி?

அவளைப் பற்றித் தெரிந்து கொள்வதற்கு முன் லெபனானின் ஹிஸ்புல்லா அமைப்பைப் பற்றிக் கொஞ்சம் பார்த்து விடலாம்.

லெபனான் நாட்டிலிருந்து இயங்கும் இயக்கம்தான் ஹிஸ்புல்லா. இந்த இயக்கம், லெபனானின் அரசியல் கட்சியாக இயங்கிக்கொண்டிருக்கும் அதேவேளை ஆயுதமேந்தும் போராளி இயக்கமாகவும் உள்ளது.

தெற்கு லெபனானில் நிலைகொண்டிருந்த இஸ்ரேலிய படையினரை எதிர்த்துப் போராடுவதற்காக 1982ம் ஆண்டு தொடங்கப்பட்ட இந்த இயக்கம், அப்படையினரை எதிர்த்து 2000 வரை போராடியது. லெபனான் மக்களைப் பொறுத்தவரையிலும் இவர்கள் விடுதலைப் போராளிகளாகவே கருதப்படுகின்றனர்.

அமெரிக்காவும், இங்கிலாந்தும் ஹிஸ்புல்லாவைப் பயங்கரவாத இயக்கங்களின் பட்டியலில் இணைத்துள்ளன.

மற்ற சில இஸ்லாமிய இயக்கங்களைப்போலவே, இந்த இயக்கமும் பரம எதிரிகள் லிஸ்ட்டில் அமெரிக்காவையும் இஸ்ரேலையும் வைத்திருக்கிறது. இப்போதுள்ள வெற்றிகரமான கொரில்லா இயக்கங்களில் ஹிஸ்புல்லாவும் ஒன்று.

இதை அடக்க அமெரிக்கா துடியாகத் துடித்துக் கொண்டிருந்தது. எனவே அமெரிக்காவின் சி.ஐ.ஏ. ஹிஸ்புல்லாவைக் கவனிக்கத் தனி டீமை ஏற்படுத்தியிருந்தது. ஹிஸ்புல்லாவைப் பற்றிய அத்தனை

விவரங்களும் இந்த டீமுக்கு அத்துபடி. அதன் ஒவ்வொரு அசைவையும் இந்த டீம்தான் கண்காணித்து வந்தது.

இந்தச் சிறப்புப் பிரிவு, சி.ஐ.ஏ.வின் தலைமையகமான லாங்க்லியியில் இயங்கி வந்தது. இங்கு மத்திய செயல் அதிகாரியாகப் பணியாற்றி வந்தவர் தான் நடா நதிம் பிரௌட்டி.

•

F.B.Iன் தலைமை அலுவலகம்.

எஃப்.பி.ஐ.யின் இணை இயக்குநர், தன் அறையில் குழப்பமான மனநிலையில் இப்படியும் அப்படியுமாக நடந்து கொண்டிருந்தார். கொஞ்ச நாட்களாக எஃப்.பி.ஐ.யின் முக்கியமான சில ரகசியங்கள் வெளியில் கசிவதைப் போன்ற சந்தேகம் அவருக்கு. அதுமட்டு மில்லாமல், யாரோ தங்களைக் கண்காணிப்பதைப் போலவும் அவருக்குச் சந்தேகம் ஏற்பட்டது. கிரிமினல்களைக் கண்காணிக்கும் தங்களையே, யாரோ கண்காணிப்பது அவருக்கு நெருடலை ஏற்படுத்தியிருந்தது.

யாராக இருக்கும்? உளவுவேலையில் திறமையான மூத்த அதிகாரி ஒருவரை அழைத்து இந்த விவகாரத்தைக் காதும் காதும் வைத்ததைப் போல விசாரிக்கச் சொன்னார்.

ஒருவாரம் கழித்து அந்த அதிகாரி சொன்ன தகவல், எஃப்.பி.ஐ. இணை இயக்குநரையே ஆட்டிவிட்டது. அதிர்ச்சியில் அப்படியே சிறிது நேரம் செயலற்று நின்றிருந்தார்.

எஃப்.பி.ஐ.யை இத்தனை நாட்கள் கண்காணித்தது சி.ஐ.ஏ!

இந்தத் தகவலை அவரால் ஜீரணிக்க முடியவில்லை. அரசாங்கத்தின் மாபெரும் இரண்டு உளவு அமைப்புகள் ஒன்றுக்கொன்று தங்களுக் குள்ளேயே உளவு பார்த்துக்கொண்டால் என்னாகும்? எந்த வகையிலும் நம்பகத்தன்மை இல்லாத இந்தச் செயல், சக்தி வாய்ந்த இரு துறைகளின் மோதலுக்கு வழிவகுத்து விடுமே? அப்படி மோதிக் கொண்டால், அரசாங்கமே ஆடிவிடுமே!

இந்த விஷயத்தை எஃப்.பி.ஐ. இயக்குநரின் கவனத்துக்கு எடுத்துச் சென்றார் அந்த அதிகாரி. அவருக்கும் ஷாக் தான். தன்னிடம் இதைச் சொன்ன இணை இயக்குநரிடம், 'அவசரப்பட வேண்டாம். முழுமை யாக விசாரியுங்கள். இதில் யாரெல்லாம் சம்பந்தப்பட்டிருக்கிறார்கள் என்பதைக் கண்டுபிடியுங்கள். ஆதாரம் இல்லாமல் எடுத்தேன் கவிழ்த்தேன் என்று எந்த முடிவையும் எடுத்து விட முடியாது.' என்றார்.

எஃப்.பி.ஐ.யின் தீவிரக் கண்காணிப்பில், நடா நதிம் பிரெளட்டி என்ற பெண்மீது சந்தேகம் ஏற்பட்டது. அவரைத் தொடர்ந்து கண்காணித்ததில் எஃப்.பி.ஐ.யை இத்தனை நாள் உளவு பார்த்தது இவர்தான் எனக் கண்டுபிடித்தனர்.

யார் இந்தப் பெண்? சி.ஐ.ஏ. தலைவரின் சம்மதத்துடன்தான் எஃப்.பி.ஐ.யைக் கண்காணித்தாரா அல்லது வேறு ஏதாவது விவகாரமா? இந்தச் சந்தேகம் தோன்றியதும், நடா நதிம் பிரெளட்டியின் ஜாதகத்தைத் தோண்டத் தொடங்கியது எஃப்.பி.ஐ.

இந்தத் தோண்டலில் கிடைத்த தகவல்கள் எல்லாமே அதிர்ச்சி ரகம்.

சி.ஐ.ஏ.வில் மத்திய செயலக அதிகாரியாக கடந்த மூன்று வருடங்களாகப் பணியாற்றி வருகிறார் நடா நதிம் பிரெளட்டி. அவர் சி.ஐ.ஏ.வுக்காக வேலை பார்ப்பதைப்போல இருந்தாலும், உண்மையில் அவர் வேலை பார்த்தது யாருக்கு என்ற தகவல் கிடைத்ததுமே எஃப்.பி.ஐ. மட்டுமல்ல, சி.ஐ.ஏ.வும் ஆட்டம் கண்டுவிட்டது.

சி.ஐ.ஏ.வில் பணியில் சேருவது என்பது சாதாரணமான காரியம் அல்ல. முக்கியத்துவம் வாய்ந்த இந்த வேலைக்குக் கல்வித் தகுதி மற்றும் வேலை அனுபவங்கள் மட்டும் பார்க்கப்படுவதில்லை. வேலை கேட்பவரின் பின்னணி, குடும்பத்தினரின் பின்னணி, முன்னாள் தொடர்புகள் என்று பல விஷயங்கள் ஆராயப்படும்.

ஆனால், இவ்வளவு இருந்தும் நடா நதிம் பிரெளட்டி விஷயத்தில் கோட்டைவிட்டது சி.ஐ.ஏ. மற்றவர்களுக்குச் சந்தேகம் ஏற்படாதபடி, தன்னைப் பற்றிய ரெக்கார்டுகளை அத்தனை நுணுக்கமாகத் தயாரித்திருந்தார் நடா நதிம் பிரெளட்டி.

இவர் விஷயத்தில் அலட்சியமாக இருந்ததற்கும் ஒரு காரணம் இருந்தது. இவர் எஃப்.பி.ஐ. அகடமியில் படித்துப் பட்டம் பெற்றவர்.

எஃப்.பி.ஐ. அகடமியில் சேருவதும் சாதாரணமானது அல்ல. அமெரிக்கக் குடியுரிமையைப் பெற்றவர்கள் மட்டுமே இங்கு படிக்க முடியும். அதுவும் அவர்களைப் பற்றிய ஆவணங்கள் அப்பழுக்கற்று இருக்க வேண்டும்.

ஆனால், நடா நதிம் அமெரிக்கக் குடியுரிமையைப் பெற்றதிலேயே மோசடியிருந்ததை எஃப்.பி.ஐ. அதிகாரிகள் கண்டுபிடித்தனர்.

சி.ஐ.ஏ.யில் இருந்தபடியே, சி.ஐ.ஏ.யின் உளவுபார்க்கும் வசதிகளை வைத்து எஃப்.பி.ஐ.யின் நடவடிக்கைகளை ரகசியமாகக் கவனித்து வந்திருக்கிறார் நடா நதிம்.

சரி. யாருக்காக இத்தனையையும் செய்தார் இவர்?

அதைப் பற்றி விசாரித்தபோது, எஃப்.பி.ஐ.யின் தலையில் அடுத்த குண்டு விழுந்தது.

அவர் வேலை பார்ப்பது லெபனானின் ஹிஸ்புல்லா இயக்கத்துக்காக! அவர் மட்டுமல்ல, அவர் குடும்பமே அந்த இயக்கத்தில் இருந்தது. எந்த இயக்கத்தைக் கண்காணிக்கச் சிறப்புக்குழு அமைக்கப்பட்டதோ, அந்தக் குழுவில் அந்த இயக்கத்தின் உளவாளி இருந்தால், எப்படியிருக்கும்?

சி.ஐ.ஏ.யின் தலைமை இயக்குநருக்குத் தகவலைச் சொல்லிவிட்டு, நடா நதிம் பிரௌட்டியைத் தங்கள் கஸ்டடியில் கொண்டுவந்து 'வழக்கப்படி' எஃப்.பி.ஐ. விசாரித்தபோது, தான் சி.ஐ.ஏ.யில் இருந்தபடி, எஃப்.பி.ஐ.யின் நடவடிக்கைகளை உளவு பார்த்ததையும், சி.ஐ.ஏ.யைப் பற்றிய தகவல்களையும் ஹிஸ்புல்லாவுக்குக் கொடுத்ததையும் ஒப்புக்கொண்டார்.

ஆரம்பத்தில் இந்த விவகாரத்தை அப்படியே அமுக்கிவிட முயற்சி செய்தன சி.ஐ.ஏ.வும், எஃப்.பி.ஐ.யும். ஆனால், விஷயம் எப்படியோ வெளியே கசிந்துவிட்டது.

சிங்கத்தின் குகைக்குள்ளேயே நுழைந்து அதன் பிடரியை இழுப்பதைப்போல, சி.ஐ.ஏ.யின் தலைமையகத்தில் நுழைந்து, எஃப்.பி.ஐ.யை உளவு பார்த்த நடா நதிம் பிரௌட்டி, மாட்டிக்கொண்ட பிறகு என்ன ஆனார் என்பது வெளியுலகத்துக்குத் தெரியாமல் மறைக்கப் பட்டுவிட்டது.

ஆனால், இனிமேல் அமெரிக்காவின் பாதுகாப்புத் தொடர்பான முக்கிய வேலைகளுக்கு ஆட்களைத் தேர்வு செய்யும்போது, எதையெல்லாம் இன்னும் கூடுதலாகக் கவனிக்க வேண்டும் என்ற டிப்ஸ்களை, நடா நதிம் பிரௌட்டி விவகாரத்தில் இருந்து கற்றுக்கொண்டதை சி.ஐ.ஏ.வும், எஃப்.பி.ஐ.யும் ஒப்புக்கொண்டிருக்கின்றன.

•••

17

கார் திருடன் மிஸ்டர் எக்ஸ்!

டெக்ஸ்ட் டிரைவ் ஓட்டம்

லாஸ் ஏஞ்சல்ஸ் நகரத்திலிருந்து கொஞ்சம் விலகி ஒதுக்குப்புறமாக இருந்த அந்த ஆடம்பர பங்களாவுக்கு வெளியே ஊர்ந்தபடி வந்து நின்றது அந்த பென்ஸ் கார். காரிலிருந்து இறங்கிய வெளுத்த தலை மனிதர், மெயின் கேட்டுக்கு வெளியே நோட்டம் விட்டார். ஆடம்பர மாக உடையணிந்திருந்தார். பார்க்கும்போதே உயர்ந்த குடும்பத்துக் களை முகத்தில் தெரிந்தது.

அழைப்பு மணியை அமுக்கினார். உள்ளே சங்கீதம் ஒலித்தது இங்கே கேட்டது. நாய் குரைக்கும் சப்தமும், அதைத் தொடர்ந்து கதவுக்கு அந்தப் பக்கமிருந்து ஒரு பெண்ணின் குரலும் கேட்டன.

'யார் அது?'

'இங்கே மேடம் லூஸிங்கிறது.'

'நான் தான். என்ன விஷயம் சொல்லுங்க?'

'என் பெயர் சார்லஸ். கார் விற்பனைக்கு இருக்குன்னு விளம்பரம் கொடுத்திருந்தீங்களே. அந்த காரைப் பார்க்கத்தான் வந்திருக்கேன்.'

‘உள்ளே வாங்க.’ குண்டாக, பகட்டாக உடையணிந்த லூசி என்கிற அந்தப் பெண் கதவைத் திறந்து சார்லசை உள்ளே அழைத்துச் சென்றாள்.

‘நான் சீக்கிரம் கிளம்பணும். காரைப் பார்க்கலாமா?’

வாசலில் நிறுத்தப்பட்டிருந்த ‘வெய்ரான்’ காரைக் காட்டிய லூசி, காரின் பெருமையைச் சொல்லத் தொடங்கினாள்.

‘இந்த வெய்ரான் சூப்பர் ஸ்போர்ட்ஸ் கார், பிரான்ஸ் நாட்டுத் தயாரிப்பு. உலகிலேயே நம்பர் ஒன் காஸ்ட்லி கார் மட்டுமல்ல. அதிவேகமாக ஓடும் காரும் இதுதான். நான் இந்த காரை 24,00,000 அமெரிக்க டாலர்களைக் கொடுத்துப் போன வருஷம்தான் வாங்கினேன். (இந்திய ரூபாயில் சொன்னால் 10 கோடியே 80 லட்ச ரூபாய்.) என் கணவருக்கு இந்த கலர் பிடிக்கல. அதனால்தான் வித்துடலாம்ன்னு முடிவெடுத்தேன்.’ என்றாள் பெருமை கொப்பளிக்க.

‘எனக்கு இந்த கார்மேல ரொம்பவும் உயிர். ரொம்ப நாளா வாங்கணும்ன்னு நினைச்சிட்டிருக்கிருந்தேன். புதுசா வாங்க முடியல. உங்க விளம்பரத்தைப் பார்த்ததும் சந்தோஷமா இருந்துச்சி.’ என்றார் சார்லஸ்.

அடுத்த சில நிமிடங்கள் இருவரும் காரின் விலையைப் பற்றிப் பேசினர். கொஞ்சநேரப் பேரத்துக்குப் பிறகு, ஒரு வழியாக விலை படிய காரை வாங்கிக்கொள்ளச் சம்மதம் சொன்னார் சார்லஸ்.

‘காரின் கண்டிஷன் எப்படி இருக்குன்னு ஓட்டிப் பார்க்கலாமா?’

‘கார் நல்லா ஓடுற கண்டிஷன்லதான் இருக்கு.’

‘இருந்தாலும், நான் ஒருதரம் ஓட்டிப் பார்த்தா திருப்தியா இருக்கும். நல்லா இருந்தா உடனடியா பணத்தைக் கொடுத்துடறேன்.’

லூஸி கொஞ்சம் தயங்கினாள். முன்பின் தெரியாத ஆளை நம்பி எப்படி காரைக் கொடுக்க முடியும்?

சார்லசின் கார் அங்கேயே இருக்கிறது. ஏதாவது தவறு நேர்ந்தால் கார் நம்பரை வைத்துச் சார்லசின் முகவரியைக் கண்டுபிடித்து விடலாம் என்ற நம்பிக்கையில் தன் காரின் சாவியைக் கொடுத்தாள்.

காரில் உட்கார்ந்து அநாயசமாக காரைக் கிளப்பிக்கொண்டு அந்த வீட்டிலிருந்து வெளியேறினான் சார்லஸ்.

ஒரு மணிநேரம் ஆயிற்று, இரண்டு மணிநேரம் ஆயிற்று, மூன்று மணிநேரம் ஆயிற்று. போனவன் போனவன்தான். வாசலுக்கு வெளியே நடந்து நடந்து லூசிக்குக் கால்வலியே வந்துவிட்டது.

நேரம் ஆக ஆக லூசிக்குப் பயம் தொற்றிக்கொண்டது. என்ன ஆயிற்று? இவ்வளவு நேரமாகியும் வரவில்லையென்றால் என்ன அர்த்தம்? வெளியே சார்லசின் கார் நிற்கிறது. ஆனால் நமது காருடன் ஒப்பிட்டால் இந்த கார் டப்பாதான். போலீசுக்குப் போகலாமா என்று யோசித்துக் கொண்டிருந்தவளின் வீட்டு வாசலில் போலீஸ் வண்டி வந்து நின்றது.

அந்த வண்டியிலிருந்து இறங்கிய இரண்டு போலீஸ் அதிகாரிகள், சார்லசின் பென்ஸ் காரைச் சுற்றி நோட்டம் விட்டனர். இதைப் பார்த்த லூசி, 'என்ன சார். அந்த காரைப் பாக்கறீங்க?' என்றாள்.

'இந்த கார் ஏன் இங்க நிக்குது? யார் கொண்டு வந்து நிறுத்தினாங்கன்னு தெரியுமா?'

'சார்லஸ்ன்னு ஒருத்தரோட கார் இது. இந்த காரை இங்கே நிறுத்திட்டு என் காரை டெஸ்ட் டிரைவுக்காக எடுத்துட்டுப் போயிருக்கிறார்.'

இரண்டு போலீஸ் அதிகாரிகளும் தங்களுக்குள் பார்த்துக்கொண்டனர்.

'இந்த கார் காணாமல் போயிடுச்சின்னு அதன் உரிமையாளர் தாமஸ்னு ஒருத்தர் புகார் கொடுத்திருக்காரு. நீங்க இப்படிச் சொல்றீங்க. என்ன நடந்ததுன்னு ஆரம்பத்துல இருந்து சொல்லுங்க.'

லூசி பதட்டத்துடன் ஆரம்பம் முதல் நடந்ததைக் கூறினாள்.

இதைக் கேட்டதும் என்ன நடந்துள்ளது என்னும் விவரம் அந்த போலீஸ் அதிகாரிகளுக்குப் புரிந்தது.

'என்னம்மா இவ்வளவு ஏமாளியா இருக்கீங்க? இனி அந்த ஆள் திரும்பியே வரமாட்டான். இது அவனோட கார் இல்ல. பார்க்கிங்ல நிறுத்தி வச்சிருந்த இந்த காரைத் திருடிட்டு வந்துட்டான். இதை இங்கே நிறுத்திட்டு, உங்க காரை எடுத்துட்டுப் போயிட்டான். அநேகமா சார்லஸ்ங்கிற அவன் பேரு டூப்ளிகேட் பேராத்தான் இருக்கும்.' என்று சொன்ன அந்த போலீஸ் அதிகாரிகள் லூசியிடம் புகாரைப் பெற்றுக்கொண்டு, அந்த காரின் நம்பரையும், கலரையும் வயர்லெஸ் மூலம் எல்லா ஸ்டேஷனுக்கும் சொல்லிக்கொண்டிருந்தார்கள்.

லூசி தலையில் கையை வைத்து வாசலிலேயே உட்கார்ந்துவிட்டாள்; கணவன் வந்து கேட்டால் என்ன சொல்வது?

•

இந்தச் சம்பவம் நடந்த ஒரு மாதம் கழித்துத் தனது ஆடம்பர பங்களாவின் வரவேற்பறையில் சோஃபியா லாரன்ஸ் காத்திருந்தாள். அப்போது அவள் தனியாகத்தான் இருந்தாள். கணவர் பிசினஸ் விஷயமாக வெளிநாட்டுக்குப் போயிருந்தார்.

யாருக்காகவோ காத்திருந்ததைப்போலப் பரபரப்பாக இருந்தாள். இரண்டு ஆண்டுக்கு முன் அவள் கணவன் ஆசை ஆசையாக ‘சோண்டா ரோட்ஸ்டர்’ காரை வாங்கிக்கொடுத்திருந்தார். விலை கொஞ்ச நஞ்சம் இல்லை. 1,850,000 அமெரிக்க டாலர்கள் (இந்தியத் தொகைக்குக் கிட்டத்தட்ட 8 கோடியே 32 லட்ச ரூபாய்).

அது என்னவோ தெரியவில்லை, இந்த காரை வாங்கியதிலிருந்தே அவளுக்கு ராசியே இல்லை. ஏதாவது பிரச்னை வந்துகொண்டே இருந்தது. அதனால் இதை விற்றுவிடலாம் என்று நினைத்து பேப்பரில் விளம்பரம் கொடுத்திருந்தாள். அதைப் பார்த்துவிட்டு, எட்வர்டு என்பவர் இன்று வருகிறேன் என்று சொல்லியிருந்தார்.

வாசலில் கார் சப்தம் கேட்டது. சொன்னபடியே வந்துவிட்டார் எட்வர்டு. இருவரும் நேரடியாக விஷயத்துக்கு வந்தனர். காரைப் பார்த்தவுடன் எட்வர்டுக்குப் பிடித்துவிட்டது. பேரமும் உடனடியாக முடிந்துவிட்டது.

‘காரை நான் ஓட்டிப் பார்க்கலாமா?’ என்ற எட்வர்ட்டிடம், ‘தாராளமா.’ என்ற சோஃபியா, காரின் சாவியை எடுத்துக் கொடுத்தாள். எட்வர்டுக்குச் சந்தோஷம். விஷயம் இவ்வளவு சுலபமாக முடிந்து விட்டதே என்று நினைத்தவரிடம், ‘நானும் உங்களுடன் வருகிறேன்.’ என்றாள் சோஃபியா.

‘கெட்டது குடி’ என்று கொஞ்சம் தடுமாறிய எட்வர்டு, சுதாரித்து, மூக்கை உறிஞ்சிக்கொண்டே, ‘மேடம். வீட்டிலிருந்து காஸ் வாசனை வருகிறது. அடுப்பைச் சரியாக அணைத்தீர்களா?’ என்றார்.

‘அப்படியா!. கொஞ்சம் இருங்க. நான் பார்த்துவிட்டு வருகிறேன்.’ என்று சொல்லிவிட்டு உள்ளே சென்று பார்த்தாள்; எல்லாம் சரியாக இருந்தது.

திரும்பி வந்து பார்த்தால், அவள் காரும் இல்லை, எட்வர்டும் இல்லை. வெளியே எட்வர்டின் கார் மட்டும் நிறுத்தப்பட்டிருந்தது. காருடன் ஆசாமி எஸ்கேப். பதட்டத்துடன் போலீசுக்கு போன் செய்தாள் சோஃபியா.

•

இதைப்போல நிறையப் புகார்கள் போலீசுக்கு வந்துகொண்டே இருந்தன. பெரிய தலைவலியாக இருக்கிறது. கார் விற்பனைக்கு என விளம்பரம் கொடுப்பவர்கள்தான் அவன் குறி.

இந்த மர்ம மனிதனின் தொல்லை தாங்காமல், கடைசியில் போலீசாரே ஒரு விளம்பரம் கொடுக்க வேண்டியதாகி விட்டது. ‘கார் விற்பனைக்கு

விளம்பரம் கொடுப்பவர்கள் ஜாக்கிரதையாக இருங்கள். அறிமுக மில்லாத வெளியாட்களிடம் உங்கள் காரை டெஸ்ட் டிரைவுக்குக் கொடுக்காதீர்கள்' என்று விளம்பரம் கொடுத்தனர்.

இந்த மர்ம மனிதனின் உண்மையான பெயர் என்ன? கடத்திய கார்களை என்ன செய்கிறான்? எந்த விவரமும் போலீசுக்குத் தெரியவில்லை. கடைசி வரை போலீசிடம் மாட்டவே இல்லை அவன்.

இன்னும் போலீசாரின் வான்ட்டட் லிஸ்ட்டில் 'பெயர் தெரியாத' அந்த மனிதன் 'மிஸ்டர் எக்ஸ்' என்ற பெயரில் இருந்து கொண்டுதான் இருக்கிறான்.

•••

18

மன்னருக்கு சிகிச்சையளித்த மர்ம டாக்டர்!

லியோனல் சீக்ரெட்

பிரிட்டிஷ் அரசரின் பக்கிங்காம் அரண்மனை 'அந்த ஒரு நிகழ்வுக்காக' பரபரப்பாகத் தயாராகிக் கொண்டிருந்தது. அரச குடும்பத்தினர், அமைச்சர்கள், அரசு உயர் அதிகாரிகள் முதல் சாதாரணப் பணியாளர்கள் வரை, அங்கிருக்கும் ஒவ்வொருவரின் மனதிலும் பதட்டம். எல்லாம் நல்லபடியாக முடிய வேண்டுமே என்ற ஆதங்கம்.

அன்று மிகவும் முக்கியமான நாள். பிரிட்டிஷ் அரசின் மானமும் மரியாதையும் 'அந்த ஒரு நிகழ்வு' நல்லபடி யாக நடந்துமுடிவதில்தான் இருக்கிறது. அரண்மனை சர்ச்சில் சிறப்பு வழிபாடுகள், பிரார்த்தனைகள் நடக்கின்றன. 'அந்த' தருணத்தை எதிர்பார்த்து அத்தனை பேரும் காத்திருக்கின்றனர்.

அரண்மனை பால்கனியின் வெளியே மக்கள் வெள்ள மெனக் காத்திருக்கின்றனர். பிபிசி வானொலியின் செய்திக்குழுவினர் தயாராக இருக்கின்றனர். ஒரு சிறு தவறும் நேர்ந்துவிடக்கூடாது என்பதற்காக பிபிசியின் தலைமை அதிகாரியே தங்கள் ஊழியர்களை

மேற்பார்வை செய்துகொண்டிருந்தார். பிபிசி வானொலியின் தலைமைப் பொறியாளரும் அங்கேதான் இருந்தார்.

எல்லோரும் எதிர்பார்த்துக்கொண்டிருந்த அந்த நிகழ்வு, இன்னும் சில நிமிடங்களில் தொடங்க இருக்கிறது. நிமிடத்துக்கு நிமிடம் பரபரப்பு கூடிக்கொண்டே போனது.

பிரிட்டிஷ் அரசின் தேசிய கீதம் இசைக்கப்பட்டது. அரண்மனைப் பால்கனிக்கு வெளியே காத்துக்கொண்டிருந்த மக்கள் அமைதி காத்தார்கள். தேசிய கீதம் முடிந்தவுடன், திடீரென்று மக்கள் மத்தியில் ஆரவாரம். அரண்மனைப் பால்கனியில் இருந்து பிரிட்டிஷ் அரசர் ஆறாம் ஜார்ஜ், மக்களைப் பார்த்துக் கையசைத்தார். மக்களின் ஆரவாரம் அதிகரித்தது. ஒரு நிமிடம்தான். உள்ளே சென்று விட்டார் அரசர்.

எதற்காக இத்தனை ஆர்ப்பாட்டம், அமர்க்களம்?

ஒரு சிறிய ஃபிளாஷ்பேக்.

ஜெர்மனியின் சர்வாதிகாரி ஹிட்லரின் அட்டகாசம் நாளுக்குநாள் அதிகரித்துக்கொண்டே செல்ல, நேரடியாக இரண்டாம் உலகப் போரில் ஈடுபட வேண்டிய கட்டாயம் பிரிட்டனுக்கு.

இதற்கான அறிவிப்பை நாட்டு மக்களிடம் மன்னர் அறிவிக்க வேண்டும். எதற்காக இந்தப் போர், இந்தப் போரில் ஏன் பிரிட்டன் நேரடியாகப் பங்கேற்க வேண்டும், அப்படிச் செய்யவில்லையென்றால் பிரிட்டனுக்கு ஏற்படும் பாதிப்புகள் உட்பட இந்தப் போரின் நோக்கத்தை மக்களிடம் எடுத்துக்கூறி, இந்தப் போருக்கு மக்களின் ஆதரவைத் திரட்ட வேண்டும்.

அதற்காகத்தான் இந்த ரேடியோ பேச்சு. அதற்காகத்தான் இந்த ஏற்பாடுகள்.

இதற்காக மூன்று பக்க அறிக்கையைத் தயாரித்திருந்தார் அரசர் ஆறாம் ஜார்ஜ்.

அந்த அறிக்கையில் உள்ளதை அப்படியே ரேடியோவில் வாசிக்க ஆரம்பித்தார் அரசர். தங்குத் தடையற்ற பேச்சு. போரில் பிரிட்டன் பங்கேற்பதற்கான காரணங்களை அழகாக, தெளிவான வார்த்தைகளில் எடுத்துக் கூறினார். முதல்வரியில் ஆரம்பித்துக் கடைசி வரிவரை எங்கும் நிறுத்தாமல், தொடர்ந்து பேசி முடித்துவிட்டு நிமிர்ந்த அரசரின் முகத்தில் மிகுந்த சந்தோஷம்.

அந்தச் சந்தோஷம் அரச குடும்பத்தினர் அனைவரின் முகங்களிலும் ஒளிர்ந்தது.

யாருமே செய்யாத, பெரிய சாதனையைச் செய்ததைப்போல, பக்கிங்காம் அரண்மனையின் பால்கனியிலிருந்து அரசர் ஆறாம் ஜார்ஜ் பெருமையுடனும் சந்தோஷத்துடனும் மக்களைப் பார்த்துக் கையசைத்துவிட்டு உள்ளே சென்று விட்டார்.

இந்த இடத்தில் உங்களுக்கு ஒரு கேள்வி எழலாம். ஒரு மன்னர், தன் நாட்டு மக்களுக்காக ரேடியோவில் பேசுகிறார். இது வழக்கமாக நடப்பதுதானே? இதில் என்ன விசேஷம் இருக்கிறது? அதற்கு எதற்கு இவ்வளவு பில்டப்?

கண்டிப்பாக விசேஷம் இருக்கிறது!

ஆறாம் ஜார்ஜ் மன்னருக்குக் குழந்தைப் பருவத்திலிருந்தே திக்குவாய் இருக்கிறது. இவரால் நாலு வார்த்தைகளைக்கூடத் தொடர்ச்சியாகப் பேசமுடியாது. அம்மா, அப்பா, அண்ணன், தம்பி, தங்கை, மனைவி, நண்பர்கள் என யாரிடமும் தன் உணர்வுகளை, தன் எண்ணங்களை, தான் நினைப்பதை முழுமையாகச் சொல்ல முடியாது.

தன் குழந்தைகளை வாய்விட்டுக் கொஞ்சவோ, அவர்களுக்குக் கதை சொல்லவோ அவரால் முடியவில்லை. திக்குவாய் என்பது சிறிய விஷயம் என்று மற்றவர்கள் நினைத்தாலும், இந்தக் குறை உள்ளவர் களுக்குத்தான் இந்த வேதனை புரியும்.

இம்மாதிரி சூழலில், சிறு வயதிலிருந்தே திக்குவாயுள்ள ஒருவர், ரேடியோவில் தங்குத் தடையின்றித் தொடர்ச்சியாகச் சிறு திக்கலும் இல்லாமல் பேசுகிறார் என்றால் அது விசேஷம்தானே!

இது எப்படிச் சாத்தியம்? இதன் பின்னணியில் இருந்தவர் யார்? அதைத் தெரிந்துகொள்ள கொஞ்சம் பின்னோக்கிப் பயணிப்போம்.

•

இங்கிலாந்து அரசர் ஐந்தாம் ஜார்ஜ்க்கு இரண்டு பிள்ளைகள். மூத்த மகன் டேவிட். இளையமகன் ஆல்பர்ட் பெர்ட்டி. 1936ல் ஐந்தாம் ஜார்ஜ் இறந்தபிறகு, மூத்தமகன் டேவிட், எட்டாம் எட்வர்டு என்ற பெயரோடு ஆட்சியில் அமர்ந்தார். ஒரு வருடம் ஆட்சி செய்த நிலையில், விவாகரத்தான ஒரு பெண்ணைத் திருமணம் செய்துகொள்ள விரும்பினார். இதற்குக் கத்தோலிக்க மதக்குருமார்கள் ஒப்புக்கொள்ளவில்லை.

அந்தக் காலத்தில் பிரிட்டிஷ் மன்னர்தான் கத்தோலிக்கக் கிறித்துவர் களின் தலைவராகவும் இருந்தார். ஒரு மன்னன், விவாகரத்தான ஒரு பெண்ணை மணப்பது அப்போதைய கத்தோலிக்க மதச் சட்டத்

திட்டங்களுக்கு எதிராக இருந்தது. அப்படித் திருமணம் செய்தால், அவர் மன்னராக இருக்கும் தகுதியை இழப்பார்.

அதனால் அரச பதவியா, காதலியா என்ற இரண்டில் ஒன்றைத் தேர்வு செய்யவேண்டிய நிலையில், காதலுக்கு மரியாதை கொடுத்து அரச பதவியைத் துறந்து, அந்தப் பெண்ணைத் திருமணம் செய்துகொண்டார்.

இதனால், அவரது தம்பி பெர்ட்டிக்குப் பட்டம் சூட்டப்பட்டது. ஆறாம் ஜார்ஜ் என்ற பெயரில் ஆட்சியில் அமர்ந்தார் அவர். இந்தப் பதவியில் அமர ஆறாம் ஜார்ஜ்க்குக் கொஞ்சம்கூட விருப்பமில்லை. வேறு வழியின்றி மன்னர் பதவியை ஏற்றுக்கொண்டார்.

காரணம், இவருக்குப் பிறவியிலிருந்தே இருந்த திக்குவாய் பிரச்னை. இந்தத் திக்குவாய்ப் பிரச்னை அவருக்குள் மிகப் பெரிய தாழ்வு மனப்பான்மையை ஏற்படுத்தியிருந்தது. சிலர் இவரைக் கிண்டலடிக்க, பலர் அனுதாபப்பட்டனர். மற்றவர்களின் கேலியும் அனுதாபமும் இவருக்கு மிகுந்த மனவலியை ஏற்படுத்தின.

ஆறாம் ஜார்ஜ், அரசராகப் பொறுப்பேற்றதில் மக்களுக்கு அவ்வளவாக விருப்பமில்லை. சரியாகப் பேசத் தெரியாதவன் தங்களின் தலைவனாக எப்படியிருக்க முடியும் என்ற கேள்வி அவர்களுக்குள் எழுந்தது. அதனால் ஆறாம் ஜார்ஜின் மேல் அவர்களுக்கு நம்பிக்கையில்லை.

●

ஆறாம் ஜார்ஜ், இளவரசராக இருந்தபோது ஒருமுறை கிறிஸ்துமஸ் பண்டிகைக்காக மக்கள் முன் ரேடியோவில் பேசவேண்டிய சூழ்நிலை. இதில் அவருக்கு விருப்பமில்லை என்றாலும், அவரது தந்தை மன்னர் ஐந்தாம் ஜார்ஜின் கண்டிப்பான உத்தரவால் பேச ஒப்புக்கொண்டார்.

ஆனால், ஒரு வரியைக்கூட முழுமையாகப் பேச முடியாமல் திக்கித் திணறித் தவித்தார். சுற்றியிருந்த அரச குடும்பத்தினரும் அதிகாரிகளும் தர்ம சங்கடத்தில் நெளிய, மிகுந்த அவமானத்துடன், தலையைத் தொங்கப்போட்டுக் கொண்டு, திரும்பிப் பார்க்காமல் போய்விட்டார்.

இதுபோல் இந்தத் திக்குவாய்ப் பிரச்னையால் நிறைய அவமானங்களைச் சந்தித்துவிட்டார் ஆறாம் ஜார்ஜ். இளவரசராக இருக்கும்போதே இத்தனை பிரச்னைகள், அவமானங்கள். மன்னராக ஆகிவிட்டால்? அதனால்தான் மன்னராக இவர் விரும்பவில்லை. ஆனால், விதி அவரை மன்னராக்கி இங்கிலாந்து அரியணையில் அமர்த்தி விட்டது.

இந்தப் பிரச்னையில் இருந்து மீள எவ்வளவோ வைத்தியங்கள் பார்த்தாகிவிட்டது. எதுவும் சரிப்படவில்லை. ஆர்ச் பிஷப்பின்

அறிவுரைப்படி அவரது மனைவி எலிசபெத்தும் என்னென்னவோ செய்து பார்த்தார். எதுவும் வேலைக்காகவில்லை.

திக்குவாயால் தனது கணவன் உள்ளுக்குள் மருகிக் கிடப்பதைக் கண்டு மனம் நொந்த எலிசபெத், தனது கணவரின் இந்தப் பிரச்னைக்கு முடிவுகட்ட, நெருக்கமானவர்களிடம் ஆலோசனை கேட்டார்.

அப்போதுதான், பக்கிங்காம் அரண்மனையின் முக்கியமான அதிகாரி ஒருவர், அரசியிடம், ஒரு டாக்டரை பற்றிச் சொன்னார்.

அந்த டாக்டரின் பெயர் லியோனல் லோக்.

•

இங்கிலாந்து அரச வம்சத்தினர் வசிக்கும் பக்கிங்காம் அரண்மனை. மன்னர் ஆறாம் ஜார்ஜின் மனைவி எலிசபெத் கட்டிலில் சாய்ந்தபடி ஆழ்ந்த யோசனையில் இருந்தார்.

திக்குவாயால் தனது கணவன் உள்ளுக்குள் மருகிக்கிடப்பதைக் கண்டு மனம் நொந்த எலிசபெத், கணவரை மீட்க எத்தனையோ வைத்தியங் களைப் பார்த்துவிட்டார். எதுவும் சரிப்படவில்லை. வேறு என்ன செய்வது என்று யோசித்துக் கொண்டிருந்த எலிசபெத்துக்கு ஒரு விஷயம் நினைவுக்கு வந்தது. சில நாட்களுக்கு முன் அரண்மனை அதிகாரி ஒருவர், அவரிடம் ஒரு டாக்டரைப் பற்றிச் சொல்லியிருந்தார். ஏதோ ஒரு டென்ஷனில் எலிசபெத் அதை அப்போது அவ்வளவாகப் பொருட்படுத்தவில்லை.

இப்போது அது ஞாபகம் வந்ததும் உடனடியாக அந்த அதிகாரியை வரவழைத்த எலிசபெத், அவர் கூறிய டாக்டரைச் சந்திக்க ஏற்பாடு செய்யுமாறு கூறினார். ஆனால், அந்த அதிகாரி ஏதோ சொல்ல முயன்று தயங்கித் தயங்கி நின்றார்.

அவரின் தயக்கத்தைப் பார்த்த எலிசபெத், 'என்ன விஷயம்? சொல்லுங்கள்.' என்றார்.

'மகாராணி! அந்த டாக்டரை நாம்தான் சென்று சந்திக்க வேண்டும். அவர் இங்கே வரமாட்டார்!'

அரசியின் முகம் ஒரு நொடி கோபத்தில் சிவந்தாலும், கணவனின் நிலையை நினைத்து, 'சரி. நானே வருகிறேன்.' என்றாள்.

காரியம் ஆக வேண்டும் என்றால் கழுதையின் காலைக்கூடப் பிடித்துத் தானே ஆகவேண்டும்!

மறுநாள், எலிசபெத்தும் அந்த அதிகாரியும் கிளம்பினர். போகும் வழியில் அந்த டாக்டரைப் பற்றிய விவரங்களைச் சொல்லிக்கொண்டே வந்தார் அந்த அதிகாரி.

அவர் பெயர் லியோனல் லோக். ஆஸ்திரேலியாவில் இருந்து இங்கிலாந்துக்குக் குடிபெயர்ந்தவர். பேச்சுக் குறைபாடுகளைக் களைவதில் ஸ்பெஷலிஸ்ட்.

'முதலாம் உலகப்போரில் ஈடுபட்ட ஆஸ்திரேலியப் படை வீரர்கள், வெடிகுண்டு, கண்ணிவெடி, பீரங்கிக் குண்டு போன்றவற்றின் சப்தம் தந்த அதிர்ச்சியினால் பேச்சுத்திறன் பாதிக்கப்பட்டது. அப்போது இவர்தான் அவர்களுக்குப் புதுவிதமான சிகிச்சையளித்துச் சரி செய்திருக்கிறார்.' என்று டாக்டர் லியோனல் லோக்கின் ஜாதகத்தையே புட்டுப் புட்டு வைத்தார்.

கூடவே, 'அவர் முன் அனுமதி இல்லாமல் யாரையுமே பார்க்க மாட்டார். நான் ஏற்கெனவே நீங்கள் வரும் தகவலைச் சொல்லி விட்டேன்.' என்றும் கூறினார்.

•

டாக்டர் லியோனலின் கிளினிக் அப்படியொன்றும் பிரமாதமாக இல்லை. உதவியாளர் என்று ஒருவரும் இல்லை. டாக்டர் லியோனலிடம் தன் கணவரின் நிலையைக் கூறிய ராணி எலிசபெத், தன் கணவருக்குச் சிகிச்சையளிக்கும்படிக் கேட்டுக்கொண்டார். மன்னர் ஆறாம் ஜார்ஜ்க்குச் சிகிச்சையளிக்க ஒப்புக்கொண்டார் டாக்டர் லியோனல். ஆனால், சில கண்டிஷன்களைப் போட்டார்!

'ஆறாம் ஜார்ஜை, ஒரு மன்னராக என்னால் கருத முடியாது. நான் டாக்டர். அவர் ஒரு பேஷன்ட். அவ்வளவுதான். நான் அவரை 'ஹிஸ் ஹைனெஸ்' என்ற அழைக்கமாட்டேன். அவரது இயற்பெயரான பெர்ட்டி என்றுதான் அழைப்பேன். நான் வேறு எங்கும் வரமாட்டேன். இங்கேதான் அவர் வரவேண்டும்.' என்றார்.

இந்த கண்டிஷன்களைக் கேட்ட எலிசபெத்துக்கு மயக்கம் வராத குறைதான். ஏற்கெனவே, நிறைய டாக்டர்களைச் சந்தித்தும் பயனில்லாததால் கடுப்பிலிருக்கும் கணவரைச் சிகிச்சைக்குச் சம்மதிக்க வைப்பதே கஷ்டம். இதில் இந்த டாக்டர் போடும் கண்டிஷன்களை எல்லாம் அவரிடம் சொன்னால், அவ்வளவுதான். சிகிச்சைக்கு வர மறுப்பதுடன், அந்த டாக்டருக்கும் ஏதாவது பிரச்னை ஏற்படலாம் என்று குழப்பத்தில் தவித்தார் அரசி எலிசபெத்.

டாக்டர் லியோனல், கண்டிப்பாகப் பேசினாலும், அவர் திறமையானவர்தான் என்ற நம்பிக்கை அரசிக்கு இருந்தது.

ஆறாம் ஜார்ஜ் மன்னரிடம் இந்த விஷயத்தை எலிசபெத் கூறியவுடன் கோபத்தில் கத்த ஆரம்பித்துவிட்டார் அவர். ஆனாலும், எலிசபெத் கணவரைச் சமாதானப்படுத்திச் சிகிச்சைக்குச் சம்மதிக்க வைத்தார். பெண்களின் கண்ணீருக்குத்தான் சக்தி அதிகமாயிற்றே!

•

டாக்டர் லியோனல் முன் உட்கார்ந்திருந்தார் மன்னர் ஆறாம் ஜார்ஜ். அவர் அங்கு வந்த விஷயம் படுரகசியமாக வைக்கப்பட்டிருந்தது. டாக்டரின் கண்டிப்பான பேச்சும், தன்னைப் பெயர் சொல்லி அழைத்ததும் மன்னருக்கு, டாக்டர் லியோனல்மீது ஒரு வெறுப் புணர்வை ஏற்படுத்திவிட்டது.

அவரிடம் சிகிச்சை பெற, ஆறாம் ஜார்ஜுக்குப் பொறுமையில்லை. மன்னர் என்னும் பந்தாவும், தன் குடும்ப விஷயம் வெளியே கசியக் கூடாதே என்னும் பயமும் ஏற்பட அங்கே இருக்கவே பிடிக்கவில்லை மன்னருக்கு. மனைவி எலிசபெத்துக்காக எல்லாவற்றையும் பொறுத்துக் கொண்டார்.

சிகிச்சையை ஆரம்பித்தார் டாக்டர் டாக்டர் லியோனல். ஒரு இசைத் தட்டைச் சுழல விட்டபடி, மன்னரிடம் செய்தித்தாளைக் கொடுத்துப் படிக்கச்சொன்னார். மன்னர் கோபத்துடன் அதை வாசிக்கத் தொடங்கினார்.

பாதி படிக்கும்போதே கோபம் உச்சந்தலைக்கு ஏறிவிட, 'இதற்கு மேல் என்னால் உனது ஆய்வுகளுக்கு ஆளாக முடியாது.' என வெளியேறினார் மன்னர்.

மன்னர் கிளம்புவதற்கு முன், அவரிடம் ஒரு ஒலித்தட்டைக் கொடுத்தார் டாக்டர். அதில் அவர் சப்தம் போட்டுப் படித்தது பதிவு செய்யப் பட்டிருந்தது. அந்த ஒலித்தட்டைத் தூக்கி ஒரு மூலையில் வீசிய ஆறாம் ஜார்ஜ், அடுத்த வேலையைப் பார்க்கப் போய்விட்டார்.

•

சில நாட்களுக்குள்ளாகவே இரண்டாம் உலகப்போர் மூலம், ஆறாம் ஜார்ஜ்க்குச் சோதனை வந்தது. அந்தப் போரில் நேரடியாக ஈடுபட வேண்டிய கட்டாயம் பிரிட்டனுக்கு. இதற்கான அறிவிப்பை நாட்டு மக்களிடம் மன்னர்தான் அறிவித்து அவர்களின் ஆதரவைத் திரட்ட வேண்டும்.

அதனால், நாட்டு மக்களிடம் ரேடியோவில் பேசவேண்டிய நிலை. எதை இத்தனை நாட்கள் தவிர்த்து வந்தாரோ, அதைச் செய்ய வேண்டிய கட்டாயம்.

திக்குவாயைக் கொண்ட தன்னால் எப்படிச் சரளமாகப் பேச முடியும் என்று நினைத்த ஆறாம் ஜார்ஜ் மன்னருக்கு, டாக்டர் லியோனல் நினைவு வந்தது. டாக்டரைப் பற்றி யோசித்ததும், அவர் கொடுத்த ஒலித்தட்டின் ஞாபகமும் வந்தது.

ஒலித்தட்டை எடுத்து ரிக்கார்டரில் போட்டுக் கேட்டார். அவரால் தனது காதுகளையே நம்ப முடியவில்லை. பின்னணியில் மெலிதாக இசையொலிக்க, மன்னரின் பேச்சு, திக்காமல் திணறாமல் தங்குத் தடையின்றிச் சரளமாக வந்துகொண்டிருந்தது.

ஆச்சரியம்! அதிசயம்! ஒரே சீரான தனது பேச்சைக் கேட்டு முடித்த மன்னருக்கு, டாக்டர் லியோனல்மீது முழுமையாக நம்பிக்கை வந்தது.

இனிமேல் சிகிச்சையே வேண்டாம் என்று முடிவெடுத்திருந்த மன்னரின் முடிவை அந்த ஒலித்தட்டு மாற்றியது. இந்தமுறை தானாகவே டாக்டர் லியோனலைத் தேடிப் போனார் ஆறாம் ஜார்ஜ்.

தன்னைத் தேடிவந்த மன்னரைப் பார்த்தவுடன், டாக்டர் லியோனலுக்குப் பெரிய அதிர்ச்சியெல்லாம் ஒன்றுமில்லை. அவர் கண்டிப்பாக வருவார் என்று எதிர்பார்த்துக் கொண்டுதான் இருந்தார். மன்னரை வரவழைக்கத்தானே அந்த ஒலித்தட்டை அவரிடம் கொடுத்தனுப்பினார்!

மன்னர் மீண்டும் வந்தது டாக்டர் லியோனலுக்கு மகிழ்ச்சியைத் தந்தாலும், தன்னை யாரென்று தெரிந்தால். கண்டிப்பாகத் தன் கழுத்தில் தலை இருக்காது என்ற அச்சமும் ஏற்பட்டது.

'இனி நாம் ஒவ்வொரு அடியையும் மிகவும் ஜாக்கிரதையாக எடுத்து வைக்கவேண்டும். நம்மைப் பற்றி மன்னருக்குச் சிறு நெருடல்கூட ஏற்படாதபடி நடந்துகொள்ள வேண்டும்.' என்று ஒன்றுக்கு இரண்டு முறை தனக்குள் சொல்லிக் கொண்டார்.

கவனத்துடன் மன்னருக்குச் சிகிச்சையைக் கொடுக்கத் தொடங்கினார். அவரிடம் சில அறிக்கைகளைக் கொடுத்து ஏற்ற இறக்கத்துடன் படிக்கும் வகையில், கொஞ்சம் கொஞ்சமாகப் பயிற்சியைக் கொடுத்தார். வார்த்தைகளின் இடையே விழும் இடைவெளிகளில் அவருக்குத் தெரிந்த கெட்ட வார்த்தைகளை மனதுக்குள் சொல்லி நிரப்பச் சொன்னார்.

மன்னருடன் டாக்டர் லியோனல் நெருக்கமாகப் பழகுவது ஆர்ச் பிஷப்பிற்கும் மன்னர் குடும்பத்துக்கும் பிடிக்கவில்லை. மன்னரிடம் இருந்து டாக்டரைப் பிரிக்கும் சமயத்தை எதிர்பார்த்துக் காத்திருந்தனர். மன்னர் இல்லாத நேரத்தில் பல நெருக்கடிகள் டாக்டர் லியோனலுக்குக் கொடுக்கப்பட்டன.

ஆனாலும், மன்னருக்கான சிகிச்சையையும் பயிற்சியையும் தொடர்ந்தார் டாக்டர் லியோனல்.

எல்லோரும் எதிர்பார்த்த அந்த நாளும் வந்தது. ரேடியோவில் பேச ஆரம்பித்தார் மன்னர் ஆறாம் ஜார்ஜ். முதல் வரியில் ஆரம்பித்துக் கடைசி வரிவரை எங்கும் நிறுத்தாமல், தொடர்ந்து பேசி முடித்துவிட்டு நிமிர்ந்த அரசரின் முகத்தில் சந்தோஷம் நிரம்பியிருந்தது. எல்லோரின் முன்னிலையிலும் டாக்டர் லியோனலைக் கட்டிப் பிடித்துப் பாராட்டினார்.

இந்தச் சம்பவம், ஆர்ச் பிஷப்பிற்கும், அரச குடும்பத்தைச் சேர்ந்த சிலருக்கும், டாக்டர் லியோனல்மீதான கோபத்தை மேலும் அதிகப் படுத்தியது.

அவர்கள் டாக்டர் லியோனலின் நதிமூலம், ரிஷிமூலத்தைத் தோண்ட ஆரம்பித்தனர். அதில் அவர்கள் சந்தோஷப்படும் ஒரு விஷயம் தெரிய வந்தது. டாக்டர் லியோனல் முறையாக மருத்துவம் படித்த டாக்டர் அல்ல என்பதுதான் அது.

இது போதாதா அவர்களுக்கு? உடனடியாக மன்னரிடம் பற்ற வைத்து விட்டனர்.

டாக்டர் (?!) லியோனல்மீது சட்டப்படி நடவடிக்கை எடுக்கவேண்டும் என்று நினைத்தாலும், தன் திக்குவாய்ப் பிரச்னையைத் தீர்க்க உதவியவர் அல்லவா? அதனால், தன்னுடைய சிறப்பு அதிகாரத்தைப் பயன்படுத்தி அவர்மீது எந்த நடவடிக்கையும் வராமல் பார்த்துக் கொண்ட மன்னர் ஆறாம் ஜார்ஜ், அவரைத் தன்னுடனேயே வைத்துக் கொண்டார்.

'நாரதர் கலகம் நன்மையில் முடியும்' என்பதைப்போல, லியோனலின் டாக்டர் வேடம், ஒரு அரசரின் திக்குவாய்ப் பிரச்னையைத் தீர்க்க உதவியது.

•••

அனைத்து முக்கிய புத்தகக் கடைகள்,
துணிக்கடைகள் மற்றும்
சூப்பர் மார்க்கெட்டுகளிலும்
கிழக்கு பதிப்பகத்தின் புத்தகங்கள்
விற்பனைக்குக் கிடைக்கும்.

ஆன்லைனில் புத்தகங்கள் வாங்க
www.nhm.in/shop

போன் மூலம் புத்தகம் வாங்க

94459 01234

DIAL™ FOR BOOKS

9445 97 97 97

- இந்தியாவில் எங்கிருந்தாலும் போன் மூலமாக புத்தகம் வாங்கலாம்.
- புத்தகங்கள் வி.பி.பி யில் மட்டுமே அனுப்பி வைக்கப்படும்.
- கொரியர் மூலமாக வாங்க எங்களைத் தொடர்பு கொள்ளவும்.

மேலதிக விபரங்களுக்கு எங்களைத் தொடர்புகொள்ளவும்.

94459 01234, 9445 97 97 97

*நிபந்தனைக்குட்பட்டது.

www.ingramcontent.com/pod-product-compliance
Lightning Source LLC
LaVergne TN
LVHW090405051026
849518LV00006B/2246
* 9 7 8 8 1 8 4 9 3 7 4 1 1 *